இங்குலிகம்

தாமரைபாரதி

டிஸ்கவரி பப்ளிகேஷன்ஸ்
எண்: 9, பிளாட் எண்: 1080A, ரோஹிணி பிளாட்ஸ்
முனுசாமி சாலை, கே.கே.நகர் மேற்கு,
சென்னை - 600 078. பேச: 99404 46650

வெளியீட்டு எண்: 0386

இங்குலிகம் (கவிதை),
ஆசிரியர்: **தாமரைபாரதி**©
Inguligam (Poem)
Author: Thamaraibharadhi©

Print in India
1st Edition: September - 2024
ISBN: 978-81-19541-40-9
Pages - 148
Rs - 175

Publisher • *Sales Rights*

Discovery Publications
No: 9, Plot:1080A, Rohini Flats,
Munusamy Salai,
K.K.Nagar West,
Chennai - 78.
Tamilnadu, India.
Mobile: +91 99404 46650

Discovery Book Palace (P) Ltd
No:1055-B, Munusamy Salai,
K.K.Nagar West,
Chennai - 600 078.
Tamilnadu, India.
Ph: (044) 4855 7525
Mobile: +91 87545 07070

discoverybookpalace@gmail.com
WWW.DISCOVERYBOOKPALACE.COM

இந்த நூலில் பிரசுரமாகியுள்ள எந்த ஒரு பகுதியையும் பதிப்பாளரின் எழுத்துபூர்வமான முன்அனுமதி பெறாமல் எடுத்தாள்வதோ, மறுபிரசுரம் செய்வதோ, மொழியாக்கம் செய்வதோ, அச்சு மற்றும் மின்னணு ஊடகங்களில் மறுபதிப்பு செய்வதோ, காப்புரிமைச் சட்டப்படி தடை செய்யப்பட்டுள்ளது. இந்த நூலிலிருந்து குறிப்பிட்ட பகுதிகளை மேற்கோள் காட்டி புத்தக விமர்சனம் செய்ய, ஊடகங்களுக்கு மட்டும் அனுமதி உண்டு.

உங்கள் மொபைல் போனிலிருந்து ஸ்கேன் செய்து டிஸ்கவரி புக் பேலஸின் மொபைல் ஆப்பை டவுன்லோடு செய்து, புத்தகங்களை வாங்குங்கள்.

தாமரைபாரதி (பெ.அரவிந்தன்) 1976

தொண்ணூறுகளின் பிற்பகுதியில் தீவிர இலக்கிய வாசகராகவும், சல்லிகை கலை இலக்கிய அமைப்பின் ஒருங்கிணைப்பாளர்களில் ஒருவராகவும் இருந்தவர். அக்காலகட்டத்தின் சிறு பத்திரிகைகளில் கவிதைகள் மூலம் இலக்கியப் பங்களித்தவர்.

கவிதைகள் மற்றும் புனைவு குறித்த விமர்சனங்களை எழுதிவருகிறார்.

முதுகலை வரலாறு, முதுகலை உளவியல், இளங்கலை கல்வியியல் பயின்ற தாமரைபாரதி, மாவட்ட வருவாய் அலுவலராகப் பணிபுரிகிறார். கள்ளக்குறிச்சி மாவட்டம், திருக்கோவிலூரைச் சேர்ந்த இவரது பெற்றோர் கோ.பெருமாள் & தேவாமிர்தம்.

இவரது பிற படைப்புகள் :

1. தபுதாராவின் புன்னகை (2019)
2. உவர்மணல் சிறு நெருஞ்சி (2021)
3. காசினிக் காடு (2023)
4. தெறுகலம் (2024)

விருதுகள் :

பிரமிள் விருது
திருக்கோவலூர் தமிழ்ச்சங்க விருது

கைபேசி: 98432 73734
மின்னஞ்சல்:thamaraibharadhi@gmail.com

கவிதைகள் குறித்த விமர்சனங்களுக்கான you tube channelக்கு

நன்றி

கவிதைகளை வெளியிட்ட இதழ்கள்

அம்ருதா
திணைகள்
வாசகசாலை
தினவு
நடுகல்
கனலி
வனம்
தென்பெண்ணை இலக்கிய மலர் (2024)

சமர்ப்பணம்
தென்பெண்ணை நதிக்கு

முடிவுறா சுழல் தன்மையை எழுதிகொண்டிருப்பவன்

ஐந்தாவது கவிதை நூல் "இங்குலிகம்".

மரபு வழியே மொழியைக் கைக்கொள்கையில் சிறுவயதில் படித்த ஆத்திசூடி இன்றளவும் மனதுக்கு இளமையாகவும் நெருக்கமாகவும், வாழ்வுதரும் நெருக்கடிகளுக்கெல்லாம் எதிர்வினையாற்ற ஓர் உந்துசக்தியாகவும் (Impulse) இருக்கிறது. திருக்குறள் கூட அப்படித்தான். இந்த வடிவமும், அழகும், எளிய பதங்களும், சுருங்கச் சொல்லலும், நீண்டகாலம் நிலைத்திருக்கக் கூடிய காவிய முழுமையும் கவிதைக்குத்தான் வாய்த்திருக்கிறது இன்றைக்கும்.

மனித உணர்வுகளில் சுகம், துக்கம் (Comedy & Tragedy) ஆகிய இரண்டு எதிரிணைகளை அழகுணர்ச்சியுடனும் அறம் சார்ந்த எளிய சொல்லாடல்களின் மூலமும் சந்த நடையுடனோ நடையில்லாமலோ வெளிப்படுத்தக்கூடிய மொழிவழிக் கலையே கவிதை என்பேன்.

இதுவரையிலான வாசிப்பாழத்தில், ஆழ் மனக் கிடங்கில் கொந்தளிப்பு ஓட்டத்துடன் அலைவுறும் சொற்கள், பழைய வாழ்வின் வழியே கடந்துவந்த எளிய பேச்சு வழக்குச் சொற்கள், நவீன வாழ்வுக்கு வித்திட்ட அறிவியல் இயங்கியல் தொழில் நுட்ப வரையறைகளுக்குள் அகப்படும் சொற்கள், நடப்பு நிகழ்வுகளில் வெளிப்படும் அர்த்தம் பொதிந்த ஆனால் அர்த்த சுமையை ஏற்படுத்தாத சொற்கள் போன்றவற்றின் ஒருங்கமைந்த சொல்லாடல் கோர்வைதான் எனது கவிமொழி.

இம்மொழியில் புனைவு மனதிற்கு நெருக்கமாக வரலாறு, மானிடவியல், நிலப்பரப்புகள், கலாச்சாரம் அல்லது பண்பாட்டு மாற்றங்கள், அறிவியல் துறைகள் போன்றன அமைகின்றன. இவை யாவற்றையும் அனுபவ இயற்கை எனக்கு அளிக்கும் கொடையிலிருந்தே என்னால் பெற முடிகிறது.

எந்த உத்தியையும் முன் முடிவாகக் கொள்வதில்லை. படிமங்களை விரும்புபவன். குறியீடுகளால் பிறிது மொழிபவன், உவமை, உள்ளுறை உவமம். சர்ரியலிஸம், சங்க இலக்கியத்தின் தாக்கம், நவீன வாழ்வை வாழ்ந்துகொண்டு எழுதும் அதே நேரத்தில் அதனை எதிர்க்கும் எதிர் நவீனத்துவத்தில் சிலநேரம் என் கவிதைகள் இருந்துவிடுவதுண்டு.

அகம், புறம், அகப்புறம், அறம், நீதி, தர்மம், ஆசை, கோபம், விரக்தி, சினம், பொறாமை, துரோகம், ஏமாற்றம், புறக்கணிப்பு, தோல்விகள், பிறரது ஏளனங்கள், பட்ட அவமானங்கள், ஊர்சுற்றி வாழ்வு, காதல் தோல்வி, ஊடல், கூடல், தோழமைகள், பசி இவை யாவும் இம்மனித வாழ்வில் முடிவுறா சுழல் தன்மை கொண்டவை. எனவே இவற்றைச் சுற்றியே என் கவிதைகள் அமைவதும் இயல்பே.

இக்கவிதைகளை நல்லதொரு வடிவில் நூலாக வெளியிடும் நண்பர் டிஸ்கவரி வேடியப்பன், மெய்ப்புத் திருத்தி உதவிய நண்பர் பொன்ஸீ ஆகியோருக்கு மனமார்ந்த நன்றி. குறிப்பாக தனது ஓவியத்தைச் சிறப்பான பின்புலத்தைக் கொண்டு அட்டைவடிவமைப்பு (Wrapper Design) செய்த நண்பர் பாலாஜி அவர்களுக்கு நெஞ்சார்ந்த நன்றி.

இனி இங்குலிகம் உங்களுடையது
எல்லாருக்கும் நன்றி
எல்லாருக்கும் அன்பு.
தாமரைபாரதி
05.08.2024

1. பூனையின் இறுதிச் சடங்கு

இந்நன்னாளின் காலையில்
அசைவற்றுக் கிடக்கும்
வெள்ளைப் பூனையைப் பார்ப்பது
இந்த வருடத்தையே
எதிர்பாராத ஒன்றாய்
உணர்த்தும் நிமித்தங்களின்
ஒலிபோலுள்ளது

கிட்டித்த பல் வரிசையிலூரும்
எறும்புகள்
பூனையின் வாயிலிருந்து
கசிகிற திரவத்தால்
செவ்வெறும்புகள் ஆகின்றன

அழகாக ஒருக்களித்து
நான்கு கால்களையும் வாலையும்
வலப்பக்கம் கிடத்திப் படுத்திருக்கும்
அசைவற்ற நிலை
அவஸ்தையைக் கூட்டுகிறது

வழக்கத்துக்கு மாறாக
அவ்வெள்ளைப் பூனையைப்
புகைப்படம் ஏதும்
எடுக்கவில்லையென்பது
சற்று அவஸ்தையைக் குறைக்கிறது

இம்மாபெரும் நகரத்தில்
வெள்ளைப் பூனையை
நல்லடக்கம் செய்யும்
இடமொன்றைக் காண முடியவில்லை

இருக்கும் வாடகை வீட்டிலும்
அடக்கம் செய்யவும் இயலாக்
கையறுநிலையில்
இந்நகரத்தின் புறவழிச்சாலையில்
இறந்த பூனையை நல்லடக்கம் செய்ய
இடம் தேடிக்கொண்டிருக்கிறேன்
உணர்வேதுமின்றி.

✆

2. புரோமேதீயஸின் நெருப்பு

கொடுக்குமளவு எடுத்துக்கொள்கிறார்
புரோமேதீயஸ்

தீக்கனங்களின் வீர்யங்கள் பிரபஞ்சத்தில்
பற்றாக்குறையாக
தீ நிறைவுற்ற சிறு சட்டியில்
தீயின் துண்டங்களை அடுக்கிக்கொள்கிறார்

இப்பூமியின் பனிமலைகளை
உருக்க அது போதுமென
தீயின் மலைகளிலிருந்து உருண்டிறங்கும்
தீக்கங்கைப்போல இறங்குகிறார்

அப்போதேற்படும் பலத்த
காயங்களுக்குத் தீயினாலேயே
மருந்திடுகிறார்

அன்பின் பரிபூரண கணங்களை
என்றோ இழந்துவிட்டவரிடமிருந்துதான்
மிச்சமிருக்கும் அன்பைக் கோருகிறார்கள்

கொடுத்தபிறகு காலியாகக் கிடக்கும்
தீக்கோப்பையைத் தன் உடலால்
சுரண்டுகிறார் அன்பைத்தர

கொப்புளங்களாகவும்
கருகல் மணம் எழும்
தோலின் எபிடெர்மிஸ்களாகவும்
அன்பின் ஜுவாலைகள் பற்றியெரிகின்றன

எல்லாருக்கும் கொடுத்த பின்னர்
தனக்கென
தற் பிரியத்துக்கென
கொஞ்சம் கங்கினை
கால் கட்டைவிரலில்
மறைத்து வைத்திருக்கிறார்

தற்பிரியத்தின்
கங்கினை யாரும்
கேட்டுவிடவேண்டாம்
என்பதுதான்
அவரது
அன்றாட மன்றாடலாக
இருக்கிறது.
☙

3. சலனம்

வறண்ட கூழாங்கற்களைத்
தன்னுள் அமிழ்த்தி
வைத்திருக்கும் நதி
மழைக்குப் பிறகு
ஒளியின் கிரணங்களோடு
சலனித்துப்
புன்னகைத்தபடி
பயணிக்கிறது.

☙

4. குப்பை

1

தினமும் பஞ்சுமிட்டாய்
விற்பவனைப்போல
மணியடித்தபடி
அல்லது
தினமும் யாமத்தில்
விசில் ஊதியபடி
வீதிகளில் உலாவும் கூர்க்காபோல
குப்பைவண்டியில்
பவனி வருகிறான்
நகரத் தூய்மையாளன்

பாதாள சாக்கடையின் மேல்
நகரும் நகரத்தின்
வீணான அனைத்தையும் அள்ளுகிறான்.

கையுறை இன்றி
காலுறைக் காலணி இன்றி
முக வாய்க் கவசம் இன்றி முழுவதையும்
அள்ளிப் போகும் இலாகவத்துடன்

இம்மாநகரின் அசுத்தமெல்லாம்
இம்மாநகரின் கழிவுகளெல்லாம்
அவன் உண்ணும் கரங்களால்தான்
தினம் தினம் அள்ளப்படுகின்றன

புதுவெள்ளத்தில் மிதக்கும் பூக்கள்
அள்ளப்படுவதுபோல

2

தெரு முட்டுச்சந்தில்
எப்போதும் நிறைக்கப்படும்
பச்சை நிறக் கூடையில்
நேற்றிரவு முழுதும்
நடந்த சண்டைக்கான
அறிகுறிகள் கொட்டப்பட்டன
பேராபத்தையும்
பெருங்கோபத்தையும் தூண்டும்
சொற்களைச்
சிவப்பு நிறக் கூடையில்
கொட்டியிருந்தனர்

தூய்மையாளன் மௌனமாக
அச்சண்டையை
மீண்டும் கிளறினான்

3

குழந்தைகள் உடைத்துப் போட்ட
நெகிழிப் பொம்மைகளாக
சாலையின் இருமருங்கிலும்
அலையும் காகிதக் குப்பையைப்போல
அங்குமிங்கும்
அலைந்துகொண்டிருக்கிறார்கள்
அந்தரங்கங்களைக்
குப்பைக்கூடையில் கொட்டியவர்கள்

அவற்றைத் தரம்பிரிக்கும் அவன்
ஓர் உளவியலறிஞரைப்போல
மௌனப்புன்னகை புரிகிறான்

ஏளனம் பரிமளிப்பதைக்
கண்டும் காணாததுபோல
அன்றாடங்களைக்
கடந்து போகிறார்கள்

அவனுக்குத் தெரியாதா
எந்த வீட்டில்
எத்தனைக் கதவுகள்
எந்த வீட்டில்
எத்தனை ஜன்னல்கள் என

4

மாநகரத்தில் புதையலைக்
கண்ட பயணியாக
குவியல் குவியலாகக்
கிடக்கும் குப்பைகளைப்
பிரிக்கின்றான்

மட்கும் குப்பை,
மட்கா குப்பை
என அவையோ
காயம் செய்த
மாயச்சொற்களாகி
குப்பைவண்டியில்
ஏறிக் கெக்கலிக்கின்றன

தினசரி இருப்புக்கான
போராட்டத்தில்
இவை வேறு என்று
சலித்துக்கொள்கிறான்

நாள்தோறும்
பச்சையும் சிவப்புமாக மட்டுமே
கனவுகளைக் கண்டு வருபவனுக்கு
முந்தைய நாள் கனவுமழையில்
பிரித்தெடுத்த நொசநொசத்த
குப்பைகளைத்தான்
பட்டியலிடச் சற்றுச் சிரமமாகயிருந்தது

வாடிய காய்கறிகள்
அழுகிய புலால்
கறி
மாமிசம்
புழுக்களாக மாறும்
தருணத்தில் எழும்
வீச்சத்துக்கு எப்போதும்
வைத்திருக்கிறான்
ஒரு 'கட்டிங்'

5

எல்லாச் சேகரிப்புக்குப் பிறகு
எல்லாவற்றையும் வண்டியில்
ஏற்றிய பிறகு
காம்பு முளைத்த
தலைகீழ் முக்கோணமாகத்
தெரிகிற துடைப்பத்தின்
குறுக்கே ஓர்
அழிப்பானைச் செருகிக் கிளம்புகிறான்
'பிதா சுதன்
பரிசுத்த ஆவியின்
பெயராலே ஆமென்'
என நெஞ்சில் சிலுவைக்
குறியிட்டுக்கொள்கிறான்
பிறர் பாவங்களைச் சுமப்பவர்
இரட்சகரென

6

ஒருபோதும்
மரியாதையைக்
கோரியதில்லை
அவமானங்களுக்கு எதிராகப்
பேசியதில்லை
அருவருப்பென்று எதையும்
தவிர்த்ததில்லை
கோபங்
கொண்டதில்லை
சினமெழுந்தாலும் சிரிக்க
மறந்ததில்லை
அதீத மன உளைச்சலுக்கு ஆனாலும்
யார் முன்னரும் அழுததில்லை
எல்லா அசிங்கங்களையும்
'கம்போஸ்ட் யார்டிலேயே'
கொட்டிவிட்டுச் செல்கிறான்
வீட்டில் காத்திருக்கும்
தன் மனைவியை மக்களைக் கொஞ்ச

மனைவியோ
'தே அந்தக் குப்பக் கூடய வெளியில வச்சுடு' என்கிறாள்.

5. யுக்தி

அமைதியைத் தேடுபவர்கள்
யாரிடமும் வாதிட விரும்புவதில்லை
அவர்கள்
பேச்சில் மௌனத்தைக் கலப்பதையும்
பேசுவதிலிருந்து வெளியேறுதலையும்
தனக்கானக் கலையாக்கிக்கொள்கிறார்கள்.
෴

6. அகாலம்

செத்தவன் கால்களை மடக்க
மீண்டும் உயிர்த்ததுபோல
அந்தக் கரப்பான் பூச்சி
மல்லாந்தபடி
கணுக்கால்களை அசைக்கிறது

ஒவ்வொரு முறை
கதவு திறக்கும்போதும்
எங்கிருந்தோ முகம் காட்டிவிடுகிறது

கழிவறைப் பீங்கான் வழவழப்பில்
ஒலியேயின்றி நடக்கிறது

சில நேரங்களில் நடப்பதும்
சில நேரங்களில் ஓடுவதும்
சில நேரங்களில் மல்லாந்து படுத்துச்
சிரிப்பதுமே வழக்கமாகிவிட்ட வேளையில்
பறப்பதற்குச் சிறகிருந்தும்
பறக்காமல் இங்கேயே சுற்றிச் சுற்றி
அப்படி
என்னதான் கண்டுவிட்டதோ
இந்தக் கழிவறையில்?

நானல்லாத நேரங்களில்
என்னதான்
செய்யுமோ துணையற்ற அது

ஒய்வறைக்குள் நான் நுழையும்போதெல்லாம்
ஒருவருக்கொருவர் உற்ற துணையாகிறோம்

இத்தனைக்கும் எதுவும்
பேசிக்கொள்வதில்லை நாங்கள்

ஒய்வாகப் படுத்துக்கிடக்கிறது இப்போது
அசைவின்மை வெகுநேரம்
அல்லது
வெகுநேர அசைவின்மை
எப்போதும்போலான
நடிப்பென்று நெருங்கி
உற்றுப் பார்க்கிறேன்
அகாலத்தின்
எறும்புக்கோடு நீட்சியடைகிறது.

7. தண்டுக்கீரை உண்பவன் சந்தர்ப்பங்கள்

1

அதிகாலையில் கீரை விற்பவர் மூலமாக
வாய்ப்புகள் கதவைத் தட்டுகின்றன
வேண்டாதபோதும்
உருகி ஓடும் பனியாறுகளாகச்
சிவப்பு நிற வெல்வெட் பூக்களைக்
குருதி ஒழுகுவதுபோல மலர்த்தும்
தண்டுக்கீரையைப் போல்தான்
சந்தர்ப்பங்கள் குவிகின்றன
எளிதான செரிமானத்தில் மீளும்
பண்புகளைப் பட்டியலிடுகிறீர்கள்

அவை அமைதிப்பள்ளத்தாக்கின்
மோன வசீகரமாகத் தற்கொலைக்குத் தூண்டுகின்றன
ஒடிந்த தண்டு துண்டுகளையும்
பச்சையம் பிரகாசிக்கும் சிற்றிலைகளையும்
வேகவைக்கும் அடுப்பும்
உங்களிடம்தான் உள்ளதே

சூழலில் நல் வாசமிக்க பொரியல்
அல்லது
பருப்பு கலந்த கூட்டு
அல்லது
கரும்புளி கலந்த கடைசல்
காரத்துக்குத் தூக்கலாய்
நான்கு மிளகாய்கள்
நால்வகை மிளகு சந்தர்ப்பங்கள்

உங்கள் மகிழ்ச்சிக்காக
ஒரு கட்டு தண்டுக்கீரை
வாய்க்கும் சந்தர்ப்பத்தில்
எவ்வித குற்ற உணர்வுமின்றி
பயன்படுத்த முடியுமென்றால்
உங்களைவிட யோக்கியர்
யாருமில்லைதான்

2

உங்களை
நீங்களே பார்த்துக்கொள்ளும் சந்தர்ப்பங்கள்
நிலைக்கண்ணாடிகளில் வாய்க்கும்போது
நீங்களல்லாத ஒரே ஒருவர்தான்
நிலைக்கண்ணாடிகளில் இருந்து
அதி யோக்யதையுடன்
உங்களைப் பார்த்துவிடுகிறார்

நிர்வாணத்தைச் சகியாதவர்
அங்கிருந்து நகர்வது நல்லது

அதனினும் நல்லது
வெகு யோக்யமாக
கண்ணாடியைச் சுக்குநூறாக
உடைப்பது

3

உங்களை நீங்களே
நேசிக்க இயலாத சந்தர்ப்பங்களில்
பிறரையும் நேசிக்க இயலாததுதான்
யோக்யத்தனத்தின் சுவாரஸ்யம்

மழைவீழ் துளியைத் தடுக்க முடியாதது
ஒரு துக்கத்தை எற்படுத்துகிறது

ஒருபோதும் உங்கள் மரணத்தை
நிறுத்தி வைக்க முடியாதது
மேலும் துக்கத்தை வரவழைக்கிறது

ஒருபோதும் பின்னோக்கித் திரும்பாத
காலம்போல
கண்ணாடியில் தெரிகிற
உங்கள் கன்னங்களில் உங்களால்
யோக்யதையோடு
ஒருபோதும்
முத்தமிட முடியாமல் போவதும்
நிகழ்ந்து விடுகிறது.

4

கேதச் சடங்குக்குச் சென்று
வேட்டியைத் தென்பெண்ணையில்
மிதக்கவிட்டு
கோவணத்தோடே வீடு வருகிறேன்

நீர்மாலை கொணர்ந்த பெண்கள்
அடிபம்பில் பிடித்த நீரைச்
செத்தவன் பயன்படுத்திய சொம்பில் ஊற்றி
பின் கொசுவத்தை நனைத்தபோது
கடிக்கவந்த நாய்களுக்கு
யோக்யதை என்பதே கிடையாது

விவஸ்தை கெட்ட நாய்கள்

யோக்யதை இருந்திருந்தால்
அயோக்கியனான என்னைக் கடித்திருக்குமா

கெட்டதும் நல்லதுக்குத்தான்

என் அயோக்கியத்தனமெல்லாம்
அந்தச் சதையோடு.
☙

8. கான் ஒலி

இந்தக் கானகம்
ஒளிபொருந்திய
சூரியனால் உயிர்ப்பிக்கப்படுகிறது

தூரத்துப் புல்வெளிகளில்
உருமறையும் விலங்கின்
நகர்வில் கானகத்தின் விழிகள்
திறக்கின்றன

பறவைகளின் ஒட்டுமொத்த ஓசையையும்
விழுங்கி வீழும் அருவியில்
பறவைகள் ஒருபோதும் நீராடுவதில்லை

பகல் உச்சி
உக்கிர வெயில் விழுங்கி
இரையுண்ட முதலையாய்
மதியத்தை வெறிக்கிறது
கானகம்

காட்டு எலிகளின்
தாகந்தணிக்க
ஓடும் நீரோடையில்
மங்கிய வெளிச்சம்

புல்வெளிப் பச்சையும்
பாம்புவெளி மஞ்சளும்
ஒருசேர நெளிந்தோடும்
மலைவிளிம்பில்
மாலைநேரக்
கதிர்கள் இறங்குகின்றன

இரவு வருவதற்குள்
இருப்பிடங்களைத்
தேடியலையும்
இரவின் ஒளியில்
நதியில் நீராடும் ஒலி
கானகத்து மந்தகாசத்தைச்
சற்றே அசைக்கிறது

ஒரே ஒரு குருவி மட்டும்
'க்விக்... க்விக்... க்விக்...' என
இரவில் நிகழும்
யானைக்குளியலை
பட்டுப்போன கிளையின்
நீட்சியிலிருந்து
பார்த்துக்கொண்டேயிருக்கிறது.
☙

9. இசைக்காத கலைஞன்

1

என் வீட்டு
வாழறையில்தான்
இருக்கின்றன கிடாரும்
கீ போர்டும்

பூஜை அறையில்
வீணை வீற்றிருக்கிறது

மகனது அறையில்
கருணாமிர்த சாகரமும்
மும்மூர்த்திக் கீர்த்தனைகளும்
தூங்குகின்றன

ஆரோகணத்துக்கும்
அவரோகணத்துக்கும்
இடையில்
அல்லாடும் சப்தங்களை
ஜன்னல் குருவிகள்
பாடுகின்றன

மீட்டாத விரல்களில்
இசையின் தாளகதி
உறைந்திருக்கிறது

சொடுக்கும் கணத்தில்
பிடித்ததைக் கொட்டும்
'யூ டியூப்'

அமைதியாகக் கணினி மேஜையில்
இசைக்காமல்
பார்த்துக்கொண்டிருக்கிறது
யாவற்றையும்
ஆனைத் தொட்டிலின்
கிலுகிலுப்பை

2

கோவில் தூண்களில்
ஒயில் காட்டும்
பதுமைகள்
நாதசுர ஒலியாய்
வளைநெளிகின்றனர்

சுற்றுப் பிரகார
மரங்களின் பொந்துகள்
புல்லாங்குழல்
துளைகளாக
கிளிகள் கீகிக்கின்றன

தூரத்துக் கடலின்
உடைதிரை ஓசை
வலம்புரியின் உட்குழிவில்
சுழன்றாடுகிறது

மேக நகர்வு எழுப்பும் ஒலி
கொடிமர உராய்வில்
குதிரைவால் மயிரிழை
வயலினாக இழைந்தோடுகிறது

கோவில் வாயில் வழி
வந்த காற்று
பாடிக்கொண்டேயிருக்கிறது
பிச்சைக்காரனின்
துயரப் பாடலை

3

வீடு வரும் பாதைகளில்தான்
எத்துணை இரைச்சல்

மண்டையுள்ளிருந்து குடையும்
அலுவலக மணியின் ரீங்காரம்
அசுர நாதம்

ஏரி தொடும்
மலையடிவாரத்தில்
தவழ்கிறது மலையின் பாடல்

வேனிலை அழைக்கும்
குயிலின் ஓசை
தேவ நாதம்

மந்த காமினியின்
காதோர குழல் வளைவில்
சுழன்றோடுகிறதே
மௌனம்

அதோ
மண் தளர்த்தி
தரை பிளக்கும்
முளையின் ஒலி
என் குரல்தான்

மௌனத்தின் விடுபடல்
துளிரெழும் தருணம்
உற்சாகப் பெருக்கில்
நிசப்தங்களை உடைக்கும்
தெருவில் பாடும்
விழியற்றவனின் குரலைத்தான்
வீடு முழுதும் நிரப்புகிறேன்.
௸

10. வீழ்நாள் படாஅமை

சதவீதக் குறியீட்டின் சாய்கோட்டை
எதிராக எழுதச் சொல்லும்
உங்கள் அறிவின் மேதைமை
வியப்பளிக்கிறது

எப்போதும் உங்களுக்கு
ஒரே காதுதான் கேட்கிறது
அல்லது
ஒருவர் பேசுவதை
மட்டுமே கேட்கிறீர்கள்

பிறருக்கு வாய்ப்பளிக்காத
மற்றொரு காதினைக் கொண்டு
என்ன செய்ய
அல்லது
பேசவே கூடாத பிறர்
வாயினைக் கொண்டு
என்ன செய்ய

இந்த நாளின் வாய்க்குள்
ஏகப்பட்ட வன்சொற்கள்

இந்த நாளின் காதுக்குள்
ஏகப்பட்ட அவச்சொற்கள்

மிளகாய் அரவை எந்திரத்தின்
இரைச்சல்களாய் அலைவுறும் சொற்கள்
இந்த நாள் முழுதும் தொடர்கின்றன

முடிவில் சதவீதக் குறியீட்டின்
இரண்டு குட்டி சுழியங்கள்
விழிகளாகித் தங்களுக்குள்
இடம் மாறுகின்றன

நெளிகிறது சாய்கோடு
கொஞ்சம் நெடியுடனும்
கொஞ்சம் வலியுடனும்.

11 நித்திரை

1

உறக்கமில்லாத இராத்திரிகளில்
விநோத உருவங்கள்
எனது விழிகளை வேட்டையாடுகின்றன
ஜார்ஜ் ஆர்வெல்லின்
'விலங்குப் பண்ணை'யில் இருந்தோ
போர்ஹேஸின்
கதைகளில் இருந்தோ
சார்லஸ் டார்வினின்
'காலா காபஸ்' தீவுகளில் இருந்தோ
அவ்விநோத உருவங்கள்
வந்திருக்கலாம்
வராமலும் இருந்திருக்கலாம்
வேட்டை மட்டும் தொடர்கிறது

2

முன் பின் பார்த்திராத
துக்கத்தின் அலகுகளை
அங்கும் இங்கும்
அள்ளித் தெளித்துப் பின்
நீர்மை வற்றிய
விழிகளால் பார்க்கிறேன்
எல்லா அலகுகளுக்கும்
தூக்கமின்மையின் சாயல்

3

நான் விழிகளை மூடுகிறேன்
சிறு தூக்கத்துக்காக
என் மனம் தன் ஜன்னல்களைத்
திறந்து வைக்கிறது

எண்ணங்களின் காற்றோசை
கேட்கிறது செவிகளில்

சிந்தனைகளின் அருவியோசை கேட்கிறது
மீண்டும் செவிகளில்.

நான் விழிகளை மூடுகிறேன்
சிறு தூக்கத்திற்காக
விழித்துக் கொள்கிறது மூளை

கி.மு. ஐந்தாம் நூற்றாண்டில் மரித்து
இன்று அழுகிய நிலையில் கிடைத்த
அரசி ஒருத்தி 'மம்மி' யாக
கண்முன்னே வந்து போகிறாள்

ஏற்கனவே இறந்துபோன
எனது சித்தியை
நான் கத்தியால் குத்தியதாக
சிற்றப்பனும் அவரது சகாக்களும்
இந்த இராத்திரியில்
வீட்டுவாசலில் கூச்சலிடுகிறார்கள்

தலையற்ற நாயொன்று
இரத்தம் சிந்தியபடி
எனை நோக்கி வருகிறதே

கண்களும் காதுகளும்
மூக்கும் வாயும்
வரிசை மாறி
அமைந்த பெண்ணொருத்தி
புன்னகைத்தபடியே
மூளைக்குள் நடனமாடுகிறாள்
நான் அங்கேயே படுத்திருக்கிறேன் அமைதியற்று
என்னைத் தொந்தரவுக்குள்ளாக்கும்
எல்லா தொந்தரவாளர்களுக்கும்
நான் வளைந்து கொடுப்பேன்
என எதிர்பார்க்கிறார்கள்
நானோ தப்பித்தலின் வழியறியாதவனாக
விநோதப் பிராணிகளின்
அச்சமூட்டும்
அபிநயங்களுக்கு
அஞ்சி ஓடுகிறேன்

4

இரவு
இருளாகவும்
அமைதியாகவும் இருக்கிறது
இன்னும் என் மனம் எரிந்து
இருளைப் போக்க எண்ணுகிறது
அலைக்கழிக்க வைக்கும்

கவலைகளுடனும் அச்சங்களுடனும்
நான் மேலே கூரையை
வெறித்துப் பார்க்கும்போது
கூரையிலிருந்து கை கால்களை ஊன்றியபடி
இராட்சசி தன்
ஐந்து பிளந்த நாவுகளால்
சிரிக்கிறாள்

அச்சத்தில் குப்புறப் படுக்க
முயல்கிறேன்
மருத்துவமனையின் படுக்கையோ
குப்புறப் படுத்தலை
அனுமதிக்கவில்லையாதலால்
ஐந்து நாவுகளில் ஒன்றின்
தீண்டலின் விடம்
மூளைக்குள் பாய்வதை
கட்டிலுக்கு அருகிருந்தே
பார்த்துக்கொண்டிருக்கிறேன் நான்

5

கண்களை மூடிய ஓய்வு
ஏதேனும் இருக்கிறதா என்று ஏங்குகிறேன்
வானத்தின் அதி உயரத்திலிருத்து
பறவை தன் குஞ்சைக்
கைவிடுவதைப்போல
தூக்கம் என்னைக் கைவிட்டது
என்னைத் துன்பப்படுத்தவும்
அழவும் மன்றாடவும் விட்டு
வேடிக்கைப் பார்க்கின்றன

தூக்கத்தின் கண்கள்
இந்த முடிவில்லா வேதனையிலிருந்து
எனக்கு ஒருவித நிவாரணம் தேவை
ஆனால் ஐயோ
என் மனம் தளராது
நான்
ஆயிரத்திலிருந்து பூஜ்யம் வரை
எண்ண முயற்சிக்கிறேன்
களைப்பிலாவது உறக்கம் வரட்டுமேயென
எனக்குப் பிடித்த மந்திரத்தைத்
திரும்பத் திரும்ப வாய்விட்டு ஓதுகிறேன்
என் இதயத்தை
அமைதிப்படுத்த முயலும்
என் மீது மேலும்
முள் சிலுவையை
அழுத்துகிறான் சிவன்
வருத்தப்பட்டு பாரஞ்சுமந்து
முன்னோர்ப் பெண் குலதெய்வத்தை அழைக்கிறேன்
அவளோ கெக்கலிப்புச் சிரிப்போடு
பாவங்களைச் செய்தாயல்லவா
'அனுபவி, அனுபவி, அனுபவி'
எனக் கொண்டாந் தட்டுகிறாள்

6.

புலம்பல்களைக் கேட்டுக் கேட்டுச்
சலிப்புற்ற காதுகளில்
சாபத்தின் குரல்கள்
கேட்க ஆரம்பிக்கின்றன
மிருகவதை செய்யும் பேய்

முன் ஜென்மத்துப்
பகை தீர்க்க
ஆண் வடிவெடுத்துப்
பிறந்திருப்பதாக
பாதங்களில் சூலக்குறி
சூடு போட்ட பெண்கள்
பேசிக்கொள்வது
துல்லியமாக கேட்கிறது
ஆனால் அவர்கள் எங்கிருந்து
பேசுகிறார்கள் என்பதை விழிகளால்
காணவே முடியவில்லை
அரூப ஒலி கேட்ட கண்கள்
அதன் பிறகும் உறங்கவேயில்லைதான்
ஆனால் என் எண்ணங்கள்
கோர்வையாகத் தொடர மறுக்கின்றன
குதிப்பதும் தாவுவதுமான
என்ணங்கள் குறும்பேய்களைப்போல
இவ்விரவில் நடமாடுகின்றன
அதனால் நான் இங்கே படுத்து இருப்பது
ஒரு பெரும் படுகுழி என்றே
வெறித்துப் பார்க்கிறேன்
மீள முடியாக் கருந்துளை
இப்படுகுழியென்றே இதற்கு
ஏதேனும் அந்தப் பக்கமான
முடிவு உண்டா என்று
ஆச்சரியமாக இருக்கிறது
ஜன்னலுக்கு வெளியில்
கதவுகளுக்கு வெளியில்
இருக்கும் இரவு அமைதியானது
ஆனால் என் அறைக்குள்தான்

என் மன அறைக்குள்தான்
எத்தனை விநோதங்களை
ஒளித்து வைத்திருக்கிறது
இந்த இரவு
இது ஒரு வித்தியாசமான
பேரிரைச்சலுடைய இரவு
என்னால் உறங்கவே முடியாத
இரவு இதுதான்

7

என்னை அழுத்தும்
கோர உருவங்களுடன்
நான் போராடுகிறேன்
மூளையில் கம்பளிப்பூச்சிகள்
நெளிவதைப்போல
மண்டை வலிக்கிறது
என் பிரார்த்தனைகள்
அவ்விநோத உருவங்களின்
சாபத்தின் முன்
தோற்றுப் போகின்றன
இன்னும் தூக்கம்
மழுப்பலாகக்கூட
கண்களைத் தழுவவில்லை
கண்களுக்கு எட்டாத காலத்தில்
தூக்கத்தின் கனிகள்
தொங்குகின்றன
துயரத்தால் அழுவதற்கும்
அச்சத்தால் அவதியுறுவதற்கும்
மிச்சமாகியுள்ளேன்

எஞ்சியுள்ள காலத்திலாவது
தூக்கத்தை நான் தழுவமுடியுமா
எனச் சந்தேகிக்கிறேன்
தினமும் திரும்ப வரும்
நிலவைப்போல
தூக்கம் வரும்
எனவும் நம்புகிறேன்
கேட்டலின் மாயத்தோற்றத்தில்
தூரத்திலிருந்து டி.எம்.சௌந்தரராஜன்
'என்னைக் கொஞ்சம் தூங்க வைத்தால்
உறங்குவேன் தாயே...' என அழுகிறார்

இந்த முடிவில்லாத இடரிலிருந்து
இந்த இரவு முடிந்ததும் விடுபடுவேன்
அதற்குள்
என்
இனிய
விநோத
குரூர
கொடூர
கோர
அசிங்கமான
அருவருப்பூட்டும்
உருவங்களே
குரல்களே
இதோ இந்த இரவின் இருளில்தான்
படுத்திருக்கிறேன்
ஒளிர்மையின் விளக்கை
அணைத்துவிட்டேன்

ஒளிக்கான நம்பிக்கையையும்
பிரார்த்தனையையும்
இழந்துவிட்டேன்

இந்த முடிவற்ற சமரில்
என்னை வழிநடத்திய
புத்தியை இழந்துவிட்டேன்
சிறிது அமைதியையும்
சிறிது ஓய்வையும்
விரும்பிய மனதையும்
இழந்து விட்டேன்

தூக்கமில்லாத இரவில்
நானே உங்கள் இரை
வேதனையின்றி மற்றும் வலியின்றி
என்னை எடுத்துக்கொள்ளுங்கள்

போதும்
உங்கள் பிடியிலிருந்து விடுபட
முயற்சித்தது எனச் சரணடைகிறேன்

நீளும் இவ்விரவு உங்களுக்குக்
கொண்டாட்டமாக இருக்கட்டும்
என என்னை ஒப்படைக்கிறேன்

செந்நாய்களின் கூட்டத்தில்
தனியாகச் சிக்கிய சிங்கம் நான்
உங்கள் பசியாறட்டும்

அதற்குமுன்
ஒரே ஒரு நொடி மட்டும்
எனது விழிகளை மூடி
மனதை மூடி
மூளையை மூடி
எண்ணத்தை மூடி
சிந்தையை மூடி
நித்திரை கொள்கிறேன்.

அந்த ஒரு நொடிக்கு மட்டும்
நீங்கள் சாமரம் வீசக்கடவதாக.

൴

12. வேறு உலகம்

பட்டாம்பூச்சிகளின் சரணாலயத்தில்
பூச் செடிகளுக்குப்
பதில் பார்த்தீனியச் செடிகளைத்தான்
உங்களால் நட முடிகிறது

உங்கள் பறவைகள் இளைப்பாற
கிளையேதுமில்லை

உங்கள் கால்நடைகள் தாகந்தீர்க்கவியலா
அமில நதி எனது

காகங்களின் கொத்தல்களுக்கு
ஒரு பருக்கை கூட எச்சில் இலையில் இல்லை

உள்வெளியாய்ப் பரந்து கிடக்கிற
மனவானில் புறாக்களைப் பறக்கவிட்டால்
என்னிடமிருக்கின்றன வீழ்த்தும் அம்புகள்

ஒத்திசைவின்றி தொடரும் உரையாடலை
கருணையேயின்றி சிறு எறும்பாய் நசுக்குவது நலம்
அதனின்று விட்டு விடுதலையாதல் நனி நலம்.
༚

13. தணித்தல்

பெருந்துயரத்திலிருப்பவர்களிடம் பேசுங்கள்
ஆழ்கடல் மௌனமெனப்
பொதித்து வைத்தவை
எரிமலையென வெடித்தாவது சிதறட்டும்
அவர்கள் சற்று ஆசுவாசம்
கொள்ளட்டுமென ஆறுதல் வார்த்தைகளை
நீங்கள் விரயமாக்கவேண்டாம்
குறைந்தபட்சம் பேசுங்கள்
அல்லது கேளுங்கள்
பாரமிறக்கும் மீட்பராகவோ
துயர்நீக்கும் நபராகவோ
நீங்கள் மாறக்கூடும்
தருணங்கள் அற்புதமானவை
ஒவ்வொரு நாணயத்திலும்
உட்பக்கமொன்று இருப்பதை அறியுங்கள்
அறியப்படாத பக்கத்தின் குரலை
உற்றுக் கேளுங்கள்
சொல்லப்படாத அந்தரங்கங்கள்
குவிந்து கிடக்கலாம்
சொல்லப்படாத அசிங்கங்கள்
மறைந்து கிடக்கலாம்

உணரப்பட்ட குற்றவுணர்வுகள்
ஒளிந்து கிடக்கலாம்
வெளியாகாத கீழ்மைகள்
விமோசனத்துக்காகக் காத்திருக்கலாம்
கேளுங்கள் அவர்கள் கூக்குரலை
அதுவே ஒரு தலைகோதலாகலாம்
மடைமாற்றமென உங்கள் சொற்கள்
பெருந்துயரத்திலிருப்பவர்களை
வேருலகுக்குக் கூட்டிச்செல்லலாம்
ஆகவே
பேசுங்கள்
அல்லது
கேளுங்கள் குறைந்தபட்சம்.

❀

14. இளவேனில் மதியஉணவு

நீலச்சங்கு பூக்கும் இளவேனிலில்
மஞ்சள் தும்பிகள்
இணை இழையப் பறக்கும் காலையில்
நீ புறப்பட்டதாய்ச் சொல்லியிருந்தாய்

கனிதலின் பாரம் தாங்காது
பந்தல் தக்காளிப் பழங்களால்
சிவந்து தரைதாழும் செடியாக
உனதன்பின் கனம்
தாங்காது உன்னிலேயே வீழ்கிறேன்
'லாக்டோ பேஸில்லஸி'ன்
வேதிமையில் புளி தயிராக மாறும்
உறைவிட்ட பாலடர்த்தியாக
பெருத்த எதிர்பார்த்து
உனதன்பில் நொதிக்கிறேன்
எள் எண்ணெயில் விட்ட
கறிவேப்பிலையும்
கொத்துமல்லியும்
இஞ்சியும்
பசுமிளகாயுமாக

பிரியத்தின் சந்திப்பின்
இன்பங்கள்
அன்பின் கடுகுகளாகக்
காத்திருக்கின்றன

Hey Man!
இந்த இளவேனில்
மதியஉணவுக்கு
வந்துவிடுவாய்தானே.
✑

15. வெறுப்பு

உங்களைவிட அதிகமாக அன்பாயிருக்கிறேன்
உங்களைவிடவும் அதிகம் படித்திருக்கிறேன்
உங்களைவிடவும் அதிகம் உழைக்கிறேன்
உங்களை விடவும் அதிகம்
எல்லாவற்றையும் நேசிக்கிறேன்
உங்களைவிடவும் அதிகம்
தெரிந்து வைத்திருக்கிறேன்

தவறுகள் கோணல்கள் குறித்து
அதிகம் விவாதிக்கத் தயாராயிருக்கிறேன்

ஆனாலும் எனக்கு
மேல்கீழ் பேதமில்லை

யாரோ ஒருவர் வீழும்போது
தாங்குவதற்கு எனது கரங்கள்
முதலில் நீள்கின்றன

யாரோ ஒருவரின் விழியைத் துடைக்க
எனது விரல்கள் நீள்கின்றன

யாரோ ஒருவரின் பசி போக்க
எனது இதயம் நீள்கிறது

எதிலும் எங்கும் பங்கேற்க விடாமல்
என்னைத்தான் நீங்கள்
எப்போதும் மறுக்கிறீர்கள்
செய்யக் கூடாது
கட்டாயம் செய்யக் கூடாது
நிச்சயமாக செய்யவே கூடாது
கண்டிப்பாக உள்நுழையக் கூடாது
பிடித்த உணவை உண்ணக் கூடாது
அனைத்துக் கூடாதவைகளையும் நான்
செய்துகொண்டுதானிருக்கிறேன்

உங்களைப் பற்றி என்னால்
புகாரளிக்க இயலாது

அப்படியே புகாரளிப்பினும்
புகார்கள் மீது நடவடிக்கை எடுக்க இயலாது

அப்படியே நடவடிக்கை எடுப்பினும்
அதுவும் என் மீதுதான்
எனது கசப்பான அனுபவங்களின் மீதுதான்

இங்கிருந்து விடுபடுதல் மீண்டும் என்
பால்யத்துக்குச் செல்வதாகிறது
இங்கிருந்து வெளியேறுதல்
நேர்புவி நாட்டமுடைய தாவர வளர்ச்சியாகிறது

இங்கிருந்து மீளுதல்
சொத சொதத்த புதைகுழி நிகழ்வாகிறது

உங்கள் தெருக்களில்
நடக்க அனுமதி மறுக்கப்பட்டவன்

அனுமதிக்கப்பட்டபோது
எனது கால்களில் செருப்பில்லை

கால்களில் செருப்பிருந்தபோது
இடுப்பில் துண்டைக் கட்டிக்கொண்டேன்

தோளில் துண்டைப் போட்டபோது
சபையில் தரையில் அமர்ந்தேன்

நாற்காலியில் அமர்கையில் அதன்
கால்களை உடைக்கிறீர்கள்

கூரை வீடுகளை எரிப்பீர்கள் என்பதால்
ஓட்டு வீடுகளையும்
மாடி வீடுகளையும் கட்டுகிறேன்
நீங்கள் அவற்றைச்
சுக்குநூறாக
உடைப்பீர்கள் எனத் தெரிந்தும்

அங்காடித் தெருக்களில்
எனக்கென ஒரு கடையில்லை

ஒப்பந்தங்களில்
எனக்கென ஒரு கையெழுத்தில்லை

மேடைகளில் எனக்கான இருக்கையை
நானே எடுத்துச் செல்வதாகிறது

எதுவுமே வேண்டாமென
எனக்கெனக் குடிக்க
ஒரே ஒரு மண்பானையை
மட்டும் செய்தேன்

நீங்களோ அதில்
மலத்தைக் கலந்தீர்கள்.
❦

16. புத்த பூர்ணிமா

ததாகதர் குசிநராவின்
சால் மரங்களினூடே காற்றைப்போல
மௌனத்தின் சிறகசைப்பில்
புன்னகை மலரென அமர்கிறார்

தாமரை
மலருக்குள் மலராக
குவிந்தும் விரிந்தும்
விரிந்தும் குவிந்தும்
மனதுக்குள் மனதாக இதழ்களாய்
அலைவுறு சிந்தனைகளை
ஆனந்தர் தொடுத்த வினாக்களுக்கு
விடையாக்கி வழங்கியவர்

ஒளிபெற்றவர்
ஒளிபொருந்தியவர்
ஒளியானவர்

தன் தலையணையை
வடக்கில் வைக்குமாறு வேண்டுகிறார்
நூறாண்டுகள் பல கடந்த
ஆழ் சயன
லய நயனங்களின்
ஒளிர்மை கொண்டு

ஆயிரமாயிரம் வருடங்கள் தாண்டியும்
ஆயிரமாயிரம் பூர்ணிமைகளில் ஒளிர்கிறார்
குந்தா வழங்கிய கடைசி உணவு
சுஜாதை வழங்கிய பாலை
நினைவூட்டியிருக்கலாம்

மெய்யைம்பூதங்களுக்குள்
வரவேற்ற பூர்ணிமையின் கண்கள்
புத்தரின் கண்கள்தான்

சந்தன வாசமும்
சுகந்த மேகங்களும்
தாமரை மலரிதழ்களும்
உதிர உதிர

தேவயிசையின்
வாசனை
கமழ கமழ

பனிப்புகைபோல
பரிநிப்பான நிலையில்
ஒவ்வொரு பூர்ணிமையிலும் சொல்கிறார்

“ஞானத்தின் திறவுகோல் வேறெங்குமிலை
உன்னிடத்தில் தவிர!”

17. கருஞ்சொல்

இருட்டடிப்பு செய்யவே இயலாத
ஒன்றை வெளிச்சத்துக்குக்
கொண்டு வருவதாய்ப் பாசாங்கு காட்டும்
அல்லவைகளால் நேரப்போவதொன்றுமில்லை

மிளிரும் வதனங்கண்டு
ஐயுறும் விழிகளைப்
பாவம் எனவே கருத முடிகிறது

ஒளிர்தலுள் பிரிகையடையும்
வெகுளியும் வன்மையும்
மாறா விகிதசம நிறையில்
மாற்றுரு கொள்கின்றன

குறிஞ்சியின் அடிவாரத்து
நெய்தலின் அலைகள்
மோதியழும் பாறைகளாய்
வெடித்துச் சிதறும் துளிகள்
மனவிகாரக் கசடுகள்

பேதைமையும் மடமையும்
ஒருங்கே வளரப்பெற்ற
தாவரத்துக் கணுக்களில்
கசிகின்ற பிசினில்
காலகால
மௌனத்தின் பிசுபிசுப்பு

ஆய்வக நிறங்காட்டியென
ஆழ்ந்தும் உயர்ந்தும்
செங்குத்தாய் நீள்கின்றது
பரிணாமக் கரப்பமுறா
ஒற்றைக் கருஞ்சொல்.
❖

18. அடவு வேடம்

1

தீமையைக் கொண்டாடும்
திருவிழாவுக்குப் போனவர்கள்
இரவுகளின் நிசிச் சத்தத்தில்
அடவுக்காரனின் வண்ணக்குழம்பைத்
திருடியிருந்தார்கள்

பிராது கொடுத்த
அடவுக்காரனின் புலம்பல்
வாய்க்கால் படிக்கட்டுகளில்
நிழலாய் நீண்டு மறைந்தது

முன்கொசுவ மடிப்புக் கலையாமல்
தொப்புள் தெரிய நடனமாடியவனின்
வயிற்றுப் பசி
தலைமுறைகள் பலவாகக் காந்தியது

தீட்டிய மை கலையும்
வைகறையில்
அடவுக்காரனின் அங்க அசைவுகளைத்
திருடிப்போனவள் தன்
வீட்டுக்கண்ணாடியில்
ஸ்டிக்கர் பொட்டுகளினூடே
அவற்றை ஒட்டியிருந்தாள்

நடு வகிடெடுக்கும்
மரச் சீப்பில்
சிக்கிய கூந்தல்
அடவுக்காரனின்
நெஞ்சுமுடிபோல இருந்தது

ஆர்மோனியப் பெட்டிக்குள்ளிருந்து
கிளம்பிய இசை
தூரமிருக்கும் வாய்க்காலில் கேட்க
அதிகாலையில்
அயர்ந்திருந்த கட்டியக்காரனின்
பரிகாசத்தை
ஒற்றைச் சிரிப்பால்
கடந்து போயினர் கள்வர்

2

கூத்துக்களத்தில்
அட்டக்கத்தியை
இலாகவமாகச் சுழற்றியவனின்
கைவிரல் மோதிரங்களைப்போல
மின்னிய காதலிகள் ஐவர்

ஒருத்தி அடவுகளின்
பாவனைகள் வழியே வந்தடைந்தாள்

ஒருத்தி வேற்றூர்
கூத்துபார்க்க வந்திருந்தபோது
வாங்கித்தந்த பஞ்சுமிட்டாய்க்கும்
வளையல்களுக்கும்

ஒருத்தி
காலைக் கள்வெறியில்
வேட்டியவிழப் படுத்திருந்தவனின்
பிதற்றல்களைக் காது கொடுத்துக்
கேட்டதினால் அவன் மீது
வாஞ்சையுற்று வந்தவள்

நான்கு திசைகளிலும்
அவன் அடவுக்கு நிகர் யாருமில்லை
என ஊர்கள் பேசியதின்
வசீகரத்தைப் பார்க்கவந்த
ஒருத்தி
அவனோடே தங்கிவிட்டாள்

ஐந்து விரல்களிலும்
சவுரி முடியைத்
தொங்கவிட்ட கொழுத்த கூந்தல்காரி
அவனிடம் கூந்தல் விற்க வந்தபோது
அவளையே விற்றுவிட்டாள்

தினமும் ஐந்து விரல்களால்
பிசையப்படும் அன்னத்தைப்போல
அடவுக்காரனின் வாழ்வு

3

கதவுகள் திறந்தே கிடக்கும்
தெருவாசல் வழியே
ஒருபோதும்
வராத ராஜா வேடமிட்டவன்
உட்பக்கமாகத் தாழிடாத
கொல்லைப்புற கதவின் வழியே
ராணி வேடமிட்டவளைச் சந்திக்கிறான்

மூடிய எல்லாக் கதவுகளுக்கும்
மூடிய எல்லா ஜன்னல்களுக்கும்
ஊரின் கண்கள்

4

ஸ்திரீபார்ட்டுகளுக்குப் பஞ்சமில்லாத
குழுவில் அவன் மட்டுமே சிறந்த வேடதாரி

மார்பணிகள் கனக்க ஒயில்நடையில்
கூத்தவையும் கூத்தரங்கமும்
உல்லாச உற்சாக ஒலியில் கலகலக்கும்
வாகு வலயம் கனக்க சுழன்று நடந்து
கூட்டத்தை மகிழ்விப்பவளுக்கு
மீமனிதத் தோரணையில்
கிருஷ்ணன் சேலையைத்
தருவித்துக்கொண்டே இருக்கிறான்
இழுத்துச் சோரவா
இவ்வளவு துணியைக் கொடுக்கிறாய்
கண்ணா

இதற்கு அவனைக் கொல்லலாமே
இங்குலிகம் கரைந்து ஒழுகுமளவு
கண்ணீர் வடிக்கிறான்

ஊதாநிறத்தில் சிரிக்கின்றது கூட்டம்

திரைமறைவில் அடவு கலைத்து
தினமும் அவன் அழுவதை
அவன் குடும்பம்
மட்டும் அறியுமென்பதை யாரறிவர்?

5

ஊர்க்கூத்து பார்க்க
சாரை சாரையாய்
ஊர்கிறது கூட்டம்

தென்னை ஓலைப்பூ முடியும்
கரும்பந்துக் கொண்டையும்
அணிந்தவர்கள் கரித்தூளில்
முகம் அலம்பிக்கொள்கிறார்கள்

கண்களைச் சுற்றி வெண்புள்ளிகளிட்டவர்களைக்
காவலர் உளவு பார்க்க
கூடுதலாகக் கரும்புள்ளிகளையும்
சேர்த்துத் தப்பிக்கிறார்கள்

புகையைப்போல ஆர்மோனியம்
அனைவரையும் தழுவும்பொழுதில்
அயர்ந்துறங்கும் அவர்களிலிருந்து
ஒரு பாம்பைப்போல வெளியேறுகிறான்
அடவுக்காரன்

கூத்துத் தாளமும் மிருதங்கமும்
ஜால்ராவும் பாட்டும் பின்பாட்டும்
ஒருசேர உச்சஸ்தாயியில்
தூரத்தில் கேட்டுக்கொண்டிருக்க.
❦

19. துயர் மீளல்

'உன் விண்ணப்பத்தைக் கேட்டேன்
உன் கண்ணீரைக் கண்டேன்'
ஏசாயா 38:5

துயரத்தால் அவதியுறும்
காலங்களில்
இவ்வளவு தூரம்
என்பதும் பெருஞ்சுமையே

உன் உச்சந்தலைதனில்
துச்சப்பறவைகள் சில
எச்சமிட்டிருக்கலாம்

தூய கண்ணீரால்
அவை கழுவப்படும்
இருண்மையான
விண்ணை நோக்கி
இரு கரங்களை விரித்தபடி
கூக்குரலிடும் அழுகையொலிகள்
வந்தடைய இதயம்
பலகீனமடைகிறது

உயர்வெய்தும் நோக்குடனே
செய்த செயல்களுக்குத்
துரோகத்தைப்
பரிசளித்தவர்களுக்கும்

புன்னகையைப்
பரிசளிக்கும்
உயர்வெய்திய மனம் நீ

மௌன இரவில்
உதிரும் மலர்களென
விசும்பல்களால்
நகரும் வாழ்வை
ஒரு நதியைப்போல
நகர விடுகிறாய்

விலங்கிடப்பட்ட
பாதங்கள்தான்
விடுதலையின்
பாதைகளை
உருவாக்கவல்லவை

நான்கு பருவங்களைக் கொண்ட
காலம்போல
சுழன்றுகொண்டிருக்கும்
துன்பமும் இன்பமும்
உள்ளவையும் இல்லவையும்
சொல்வதென்ன
மீளாத்துயர்தான்

உன்னிலிருந்து இத் துயரை
எருக்கம்பூவின் சிறு வெடிப்பென
நீக்குவேன்

அதுவரை பொறு பாழுஞ்சிறு மனமே.
❧

20. நீர்ப்பாடல்

1

பூவுடல் மீது படரும் பத்ம மலர்
காம்புகள் கடிபடத் துடிக்கும்
கரு இதழ்கள் படரக் காத்திருக்கும்
இன்னும் கொஞ்ச தூரம்தான்

தேக சல்லாபத்தின் வேயா மாடம்
கருங்கோட்டுச் சித்திரமெனப்
பின்னிப் பிணைந்த கூந்தல்
மலர்த்தி அரளி மலர்கள் சூழ
பஞ்சணையில் படர்ந்திருக்கிறாய்

தூப தூப
வெண் புகை
தாபத்தின்
நதியேகி
கூந்தல்வழிச் செல்ல
மலரின் விரைத்த
காம்புகளுடன்
சிறு மேட்டுப் பெரும் பள்ளங்களுள்
குலுங்கி விளையாடும்
முயல் குட்டிகளை என்ன செய்ய
யாக்கை நிலையாமை பிதற்றிய
பேதைகாள்!

சிற்றின்பம் சிதறாது
பூத்து மலரும்
அகத்தாமரையின்
வாசம் அறிவீரோ?

2

சிருங்காரி
சீதளம் மேலிடும்
செந்தழலெனப்
பற்றியெரியும் காமம்
யாமத்தின் மதில் சுவர்
நோக்கியே
காத்திருக்கிறது

பௌர்ணமியின் ஒளி மறைத்த
பாம்பாகிச் சுவரேறி உன்
வீடு வரும் வேளை
சில்லிட்ட நீராடி
மலர்த்திய கூந்தலுடன்
காத்திருப்பாய்

உன்னை உலர்த்திப் போடும்
வல்லமையை எனக்கே தந்தவள்
தானே நீ!

3

மலரை மொய்க்கும் மலராக
தேகவுடல்கள் சரசிக்கும்
சல்லாபங்களை
மூச்சுக்காற்றின் வெம்மையை
ஒருவரோடு ஒருவர்
ஸ்பரிசிக்கும்
நெருக்கத்தில் பட்டியலிட்டோம்
ஆடை விலக்கி மதர்த்த
செம் மாதுளங்கனியின் முத்துகளை

மலைப் பூக்களால் இடையணியும்
நீர் மலர்களால் கழுத்தணியும்
கான் முகைகளால் வளையலணியும்
பாலைச் செம்மல்
பகுளாவளிகா மகிழம்பூக்களால்
தலையணியும்
சூடி உனைப் பூஜிக்கிறேன்
மகிழ்வின் அலர் உன்
அதரங்களில் உதிர உதிர

4

சம பக்க முக்கோணத்தின்
மூவுச்சிகளென விம்மிப் புடைத்த
கரு நாவல் பழங்களில் மேயும்
நாக நாவின்
வருடலில் கசியுமந்த
தேக வீச்சத்தை

அறை முழுதும்
விரவி இடுகிறாய்
மெல்ல உயரும்
வெப்பமுற்றக்
காற்றென லேசாகி
அந்தர வெளியில்
மேலெழுகின்றன
உடல்கள்
மிதந்தபடியே
புணரும் கலையை
மீன்களிடமும்
பறந்தபடியே
புணரும் கலையை
பட்டாம்பூச்சிகளிடமும்
கற்றோம்

கோட்டுப்பூக்களை
மாலையாக
அணிந்த மலையத்தியே
உன்
துயிலிடம் முழுதும்
குலை மஞ்சள்
சாறெடுத்துப் பூசி வை
இரவுக் குறியின் நிறம்
இளம் மஞ்சளென
அறிவிப்போம்

5

கான் இருட்டு
கரும் மலைப்பாறை
நீர்வீழ் மழையருவி
வெள்ளுடை நீலியாக
வழிகிறாய்

ஆடைகள் மறந்த
ஈருடல் பிணையலில்
தட்பத்தை அணைக்கும்
வெப்பமும்
உஷ்ணத்தைக் கிளறும்
மூச்சொலியும்
நீர்வீழொலியில்
கரைவதுபோலவே
உருத் தெரியாமல்
கரைந்தன
அருவி வெண்ணீர்மத்தில்
ஈருடல் பாய்மங்கள்

6

நதியின் கரு மேனியென
உடல் வழியும் மழை
சந்திர கிரணங்களில்
மின்ன மின்ன
கரு உதட்டுச்
சுழிப்பின் மேல் மச்சம்
வீற்றிருக்கும்

தெற்றுப்பல் சிரிப்பில்
கான் குலுங்க
இருளில்
குலுங்கும் கொங்கைகளால்
சிரிக்கிறாய்
புனலாடலின் முடிவிலா
விதியைத்
தீர்மானிப்பவள்
நீதானே
இனியென்ன
நீர்ச்சுழலில் மீள முடியாத
நீருயிரியாகிறேன்
எனது உரு அற்று.

๖

21. குலசாமிக் காதை

1

வேலிக்காத்தான்
இருமருங்கும்
காய்ந்து கிடக்கும்
ஒற்றையடி
வெண் பாதை
இட்டுச் செல்வது
தேவியர் வீற்றிருக்கும்
இலுப்பை மரத்தடிக்கே
சுண்ணம் சுதை மண் குதிரைகளில்
ஏழு பூமிகளில்
வலம் வருபவர்களை
இரவாட்டத்தில் வேடமுரிப்பான்
கட்டியங்காரன்

நெடிதுயர் ஒதியன் மரங்களில்
கூகைக் கண் விழித்திருந்தது

போவோர் வருவோரைப்
பயமுறுத்தவென
அவனை அனுப்பி வைத்திருந்தாள்
செவியில் குண்டலமாகக்
குழவியை அணிந்த
முதுபெண்ணொருத்தி

காத தூரம் கடந்தேறுபவர்கள்
தாதுவருடப் பஞ்ச துயர்களைப் பகிர
இலுப்பை நெடியும் இரவின் நெடியும்
விரவும் நரவாசம் சூடி
திருக்கண்கள் மலர்கிறார்கள் தேவியர்

2

எதிரெதிர் புறங்கள் திரும்பிய
இரு அன்னப்பட்சிகளின்
தலைகளைத் தலையாகக் கொண்டவள்
யானைத்தலையை வலக்கரத்திலும்
பன்றித்தலையை இடக்கரத்திலும்
ஏந்துகிறாள்

ஆண் பப்பாளியைப்போல
எத்திசை பிரசவிப்பதெனத் தெரியாது
வடக்கிருந்தோரை வணங்கும்
தென்புலத்தோர்
சொல் கேட்ட சூலிப்பெண்
குறி தரித்துப் போகிறாள்

பனைவிடலிகளில் கருந்தேள் குட்டிகளை
அடைகாக்கும் கூடுகட்டும்
சூட்சுமம் அறிந்தவளாக
கிளிகளின் நிறத்தைச்
சமிக்ஞையாக்கிப் பேசுகிறாள்
பூதகி

3

கேழ்வரகுக் களியும்
மரவள்ளிக் கறியும்
கலந்து பிசைந்து
உதடொழுக உண்கிறாள்
மலையத்தி

கோடை அறுவடைக்காகத்
தானியங்களை
பால்கதிர் முதலே விட்டுவைத்த
ரீங்கரிக்கும் சிட்டுக் குருவிகளை
இறைத்த மண்மேட்டிலிருந்து
ரீங்காரக் கருவியை இசைத்தபடி
அழைத்துகொண்டிருக்கின்றன
விக்ரமாதித்யனின் சிங்காசனப்
பதுமைகள்

நச்சு மலரும் பூக்களில்
மகரந்தங்களை உண்ணும்
தேனீக்களை
வேற்று நிலத்துப் போருக்கென
தயார் நிலையில் வைத்திருந்தான்

சோழிகளை உருட்டிவிட்டுக்
குறி சொல்லிவிட்டு
வேறு நிலம் போனவன்
திரும்பவேயில்லை

4

சித்திரை முழு நிலா
காலை உண்ணா நோன்போடே
மூன்று தலைக்கட்டுக்கு
உணவு தயாரிக்கிறாள் முதுபெண்
நெல்சோறு கிடைக்கும்
பொன் நாளது
கூடிப்பேசி ஆவணி
பதினான்கில்
கூத்து நடத்த உத்தமம்
மெய்யூரு சாராயம்
பல் ஊர் பவணி வர
சேவலும் கோழியும்
மாடும் ஆடும்
சாமிப் பன்றிகளும்
தீனி மேய்ந்து வளர்ந்தன

5

மஞ்சள் துணி
வேப்பிலை மாலை
வெண்கலச் சொம்பு
வெண்ணூல் பிரி சுற்றி
தலை மீது சுமந்து வரும்
கன்னிமை கழியா மாதரும்
அலகுவேல் குத்தி
ஊஞ்சலாடும் ஆடவரும்
ஒரு சேர சந்திக்கும்
பங்குனி நண்பகல்
வெய்யோன் வேக
ஊர்வளம் பெருக
கோடை மழையாய்
உதிரத் தொடங்கினள்
அன்னை.

6

தேவியின் அருகில்தான்
பெருங்கரையானின் புற்று
வசதிக்காகச் சுருண்டு படுத்திருக்கிறது
காலப்பாம்பு
படையல் எலுமிச்சைகளை
சூலமும் வேலும் பதம் பார்க்க
வழிகிறது குங்கமச்சிவப்பு
முதுகிலடித்துக்கொண்டு
வாக்குச் சொல்லும் மீசைக்காரன்
ஆயுதங்களைக் கோருகிறான்
ஆளுக்கொரு ஆயுதத்தைப்
புற்றிலிருந்து உருவுகிறார்கள்
குருதி கசிய நெளியும்
காலப்பாம்பு
பரிதி மறையும் வேளை
ஏற்றிய விளக்கின்
விரியும் பசும் பிரகாசம்
தேவி தன் அகல பாரத்தைப்
பச்சைப் பிரகாசத்தால்
மூடிக்கொண்டாள்
மீசைக்காரனின் வாக்குப் பலிப்பதாகத்
தெங்கரு முகில்களை
வணங்கலாயினர்

7

ஆண்டு பலவாகி வயிற்றில்
புழு பூச்சி காணாதவள்
ஊர்தாண்டி ஆற்றங்கரையில்
உறங்கிக்கொண்டிருக்கும்
ஆலமரத்தடி சமாதியில்
நெய்தீபம் ஏற்றப்போனவள்
கருவுற்றாள் என்கிற கதை

ஊரெல்லாம் பரவிற்று
அலர் அம்பல் ஆகி
கல்லொன்றை நட்டுவைத்தான் மாத்தன்
சிறு புல் மாலையும் மஞ்சளும் சேப்பும் பூசி
நாளும் அக்கல்லைப் பூஜிக்க
பிள்ளை கொடுத்தாள் பாறையாயிற்று

மூன்று தலைக்கட்டும்
சாமி கும்பிடப் போகும் முன்
பாறை தாண்டித்தான் போகவேண்டும்

8

காய்ந்த புளிய மெலாருகளைக்
குவித்து எரியவிட்டு
குளிர்காய்கிறார்கள் சிறுவர்கள்
திருவிழா மாட்டுத்தோல்
பறையைக் காயவைக்கிறான்
காசாம்பு

தண்ணீர் சேந்திய
கிணற்றடியில் மேயும்
பெருத்த பன்றிகளைத்தான்
பிடித்திருக்கிறது அப்பத்தாவுக்கு

பனி தாங்கிய
வெள்ளைப்பூண்டின் காய்ந்த
சருகுகளிடையே வெறிபிடித்தபடி ஓடும்
காளியம்மாளுக்கு இது ஒன்பதாவது பிரசவம்

இங்குலிகம்

பசிக்குக் கூலி மரவள்ளிக் கிழங்கை
மட்டுமே உண்டு வாழ்ந்த கூட்டத்துக்குச்
சொந்த நிலத்து நெல்சோறு என்றென்றும் வாய்க்க
ஊர்க்கோடித் தெரு முக்கில்
மாவிலைத் தோரணம் மஞ்சள் பூசி
பந்தக்கால் நட
ஆடிப்பட்ட மேகம்
பிரசன்னமாயிற்று

9

சோழிகளைத் தாடிக்குள் வைத்திருந்த
வள்ளுவப் பண்டாரம்
கைவிரித்துக் கட்டங்களில் விட்டான்

ஊஞ்சலில் இளைப்பாறும்
தொட்டில் பிள்ளைகள்
வீரிட்டலற கோபுரமெனத்
தழல் எரிந்தது
ஆறாம் தலைமுறைப் பழிச்சொல்லொன்று
தீயுருக் கொண்டு வம்சவிருத்தியைத்
தடுக்கிறதென்றும்
தீப்பாஞ்ச குருவனுக்கு எருக்கம்பாலில்
திரித்த
நூலாம்படை மாலை அணிவித்தால்
சாபம் தீருமெனவும்
ஆறுவார காலத்துக்குக்
கவிச்சி கூடாதெனவும் முடிவாயிற்று
ஊரெங்கும் குருதி வாடை நீர்த்தது

10

ஆரு செய்த குத்தமென அறியோம்
மேல் நாரும்
உள் சோறும் சேர்ந்து
ஈரமாய் வளரும் வாழையாகத்தான்
வாழ்ந்து வருகிறோம்
கருணை கூர் மலர்க்கண்ணே
நின் மலர்த்தாளில்
எம் சிரசுகள் வீழ
அருள் புரிவாய்
அடைவோம் பேரின்பம்.

❦

22. லயம்

குனுகும் புறாக்களின்
இறகுகள் உதிரும்
பாழ்மண்டபத்தின் வௌவால்
எச்ச வீச்சத்தில்
எனக்கான இடத்தைத் தேர்கிறேன்

வரலாற்றில் நிகழ்ந்த
எத்தனையோ இறந்தவர்களின் மேடாக
இவ்விடம் வசதியாகத்தான் உள்ளது

தூரத்துப் பனைக் காடுகளில்
கீச்சும் கிளிகள்
சுற்றுவெளிப் பிராகார கல்தூண்களில்
தளிச்சேரிப் பெண்டுகளின் ஒயில்வண்ணம்

கல் தச்சனின் சிற்றுளியோசை
பிளவுற்ற மேல்தளத் தூணில்
ஒளியும் நாகம்

பிளந்த வாய் யாளியின்
கோரப் பற்கள்

ஆயிரமாண்டு மழையின் குளிர்மையை
இன்றும் பொதித்திருக்கும் கல் ஈரம்

மண்டபத் தூண்களிடை
ஒளிந்து விளையாடும் காற்று
தொங்கு கயிற்றில் ஊஞ்சலாடி
வெண்கலத்தின் பிரம்மாண்ட
ஒலியெழுப்பும் பச்சைப் பாவாடை சிறுமி

பல்கதிரும் பல்மதியும்
பகலிரவு பலவும்
கண்ட மூலக் கருவறை நோக்கி
திறந்த விழிகளோடே
நிஷ்டையில் அமரலாம்தான்

பாழுங்கைகாரி
பாவியெனைப் பார்க்காது
புறமுதுகிட்டால் என்ன செய்வது?

❦

23. கானல்

கண்டடைய இயலாத
ஆகாயத்துக்கப்பாலும்
பூமிக்குக் கீழேயும்
மேலும் கீழுமாய்
ஒரே கணத்தில்
நகர்கின்ற காலபேதத்தின்
காருண்யம் மிகுந்த கண்களை
கோடை முழுதும் பூத்துக் குலுங்கும்
ஒற்றைக் கொன்றைப் பூங்கொத்துடன்
வழியனுப்பி வைக்கத்தான்
பிரயாசைப்படுகிறேன்

இந்த நீண்ட இரவோ
நினைவின் மிகுதியால்
மேலும் நீள்கிறது

பருவங்களைத் துண்டிக்கும்
புவி சுழற்சியில்
தென்மேற்காகத் திசைமாறி
நகர்கிற மலைக்காற்று
கடலின் துளிகளைச்
சமவெளியில் பரப்புவதைப்போல
உரையாடலற்ற சொற்களை
வாஞ்சையுறு மனத்தால்
நிரப்பிக்கொள்கிறேன்

என்றேனும் கண்டடையக்கூடும்
எனச் செல்லுமிடங்களிலெல்லாம்
தடங்களை விட்டுச்செல்லும்
ஒற்றனாய்ப் பயணிக்கிறேன்

வசந்தங்களைப் பூக்கச்செய்யும்
ஒற்றைச்சொல் என்னுடையதுதான்

முகமறியாதவர்
அழைக்காத பெருவிருந்தில்
அறிந்த முகம்
அகப்படுமாவென
ஏங்கித்திரிந்த நீர்க்கண்கள்
சற்றே வெம்மையுற்ற
இரு நிலவுகள்போல
பிரகாசித்த அக்கணத்தைத்தான்
உறையவைத்திருக்கிறேன்

எரிமலைகளின் இறுக்கம்
உரிய காரண காலத்தில்
வெடித்துச் சிதறட்டுமென.

❦

24. பதாகை

1

கொஞ்ச நேரம்கூட ஆகவில்லை
வாகனப் பயணத்தில்
சற்று முன்
இடப்புறம் இருந்த
கண்ணீர் அஞ்சலி பதாகையில் தெரிந்தவன்
சற்று தூரம் பயணம் கடந்திருக்க
சாலையின் வலப்புறமாக நின்று
யாரிடமோ
இடக்கையை நீட்டி 'லிப்ட்'
கேட்கிறான்
தூரத்து மலையின் விசும்பலில்
உன்னிப்பூக்கள் மலர்கின்றன

2

சாலையைக் கடக்கையில்
வாகனத்தில் அடிபட்டு இறந்தவன்
உடலில் பட்ட மண்ணைத் துடைத்தபடி
யாரும் கவனிக்காததைக் கவனித்தபடி
எதிர்புறம் நடக்கிறான்
சிறுவனைப் போல.
சிவப்பு மஞ்சள் பச்சை நிறங்களைக்
கண்களாகக் கொண்டவர்கள்
எதிரும் புதிரும்
சாரி சாரியாக நடக்கிறார்கள்

3

பௌர்ணமியில் இறந்தவன்
வீட்டுக் கூரையில் படுத்தபடி
நிலவின் பாடல்களைப்
பாடிக்கொண்டிருக்கிறான்
கிரகங்களை விழுங்கும் மயக்கமுற்ற
பாம்பினை உடலில் மேயவிடும்
பாம்பாட்டி திரும்பவும் மகுடி ஊத

4

தூக்குக் கயிற்றில்
கழுத்தை நெரித்துக்கொண்டவன்
சீரலைவு இயக்கத்தில்
அங்குமிங்கும் சென்று வருகிறான்
ஓர் ஊஞ்சலைப்போல
காற்று அசைந்துகொண்டிருப்பதை
அறியும் விழிகளைப்போல
கால் பெருவிரல்கள் சிரிக்கின்றன

5

ஊர்ப் பெருங்கிணற்றில்
நீச்சலறியாமல் விழுந்தவன்
கிணறு முழுதும் கொப்புளிக்குமாறு
நீரிலிருந்து காற்றுக் குமிழ்களை
அனுப்பிக்கொண்டேயிருக்கிறான்
மேகங்கள் உள் வாங்குகின்றன

6

கலவரத்தில் கொலையுண்டவன்
பசியால் துடிதுடிக்க
இதயம் படபடக்க
இரு கைகளைக் கூப்பியபடி
அழுகிறான்.
அந்தப் பாடல்
எரியும் நகரமெங்கும் ஒலிக்கின்றது
தழலின் ஓசை அடங்குவதாயில்லை.

❦

25. பிரியமும் பிரிவும்

1

நான்கின் வடிவுபோல
கால்களை மடக்கிக்
குப்புறப்படுத்து
உறங்குகிறது பிரியம்

2

கவிழ்த்துப் போடப்பட்ட
கரப்பான் பூச்சியின்
கனுக்கால்களின்
துடிப்பாய்க் கதறுகிறது
பிரிவு

3

இரண்டுக்கும்
இடையில்தான்
நிகழ்ந்திருக்க
வேண்டும்.

26. 7/10 - தந்தையின் குரல்

இந்த நகரத்தின் இரவு
நட்சத்திரங்களால் ஒளிர்வதில்லை
மாறாக ஒளி மற்றும் ஒலிகளுடன்
உயரத்தில் பறக்கும் ராக்கெட்டுகளால் ஒளிர்கிறது
கைவிடப்பட்ட கட்டடங்கள்
தொலைவில் குண்டுமழைப் பொழிவினால்
நனைகின்றன
அந்தக் கைவிடப்பட்ட கட்டடங்களை
இப்போது
பார்க்க முடியாது
கைவிடப்பட்டவர்களின் வீடுகள்
அழுகின்றன
அவர்கள் கைவிட்டதுபோல்
அவர்களின் கனவுகளும் அங்கே
மேகப்புகையாய்க் கைவிடப்படுகின்றன
இந்நாட்டின் பல்வேறு எல்லைகளுக்கு
வெளியே உள்ள உறவினர்கள்
ஆபத்திலிருக்கும் மான் கன்றினைக் காக்கத் துடிக்கும்
மான் கூட்டங்களாக
உதவ விரைந்து வருகிறார்கள்
எல்லை தாண்டியும் அன்பைப்
பரப்ப விரும்புகிறார் நாட்டின் தலைவர்
ஆனால்
காகங்களுக்கும் நரிகளுக்கும்
நடக்கும் திருமணமாக

எல்லாவற்றுக்கும் முழு தடை விதிக்கிறது
தண்ணீர் மறுக்கப்படுகிறது
உணவு மறுக்கப்படுகிறது
அவர்களுக்கு மின்சாரம்
இணையம் மறுக்கப்பட்டது

யுத்தம் முடிவடைந்த பின்னர்
காளான்களாய் மலரும்
தொற்றுநோய்கள் பற்றி
யாரும் கவலைப்படுவதில்லை
தொண்டு நிறுவனங்களின்
அன்பின் கரங்களுக்கு
இங்கு அனுமதி இல்லை
நான் பிரார்த்தனையின்
மன்றாடலில் இருந்தபோது
அவர்கள்
மூன்று தலைமுறைகளைக் கடத்தினார்கள்
மூன்று வயது
ஐந்து வயது மகள்கள்
28 வயது என் மனைவி
மற்றும் 65 வயது என் அம்மா
ஒரு கண்ணாமூச்சி விளையாட்டாக
இருந்துவிடக் கூடாதா இது?
எங்கே இருக்கிறார்கள்
என்று தெரியவில்லை
இருப்பதாகச் சொல்லப்படும்
அங்கே எல்லாம் மறுக்கப்படுகிறது
அவர்கள் இருக்கிறார்களா இல்லையா
என்பதுகூட எனக்குத் தெரியாது

குருடனாகவும் செவிடனாகவும் இருக்கும்
எனக்கு இப்போது தேவைப்படுவது ஒன்றுதான்
உணவு, தண்ணீர், உடை, தங்குமிடம் அல்ல
வேண்டுவது ஒரே தகவல்தான்
அவர்கள் இன்னும் இருக்கிறார்களா?

✆

27. வலியின் வண்ணங்கள்

ஒளிரும் கோடி விழிகளால்
நீர்மை பொங்கும் செந்திரவத்தைப்
பொழிகிறது என் உடல்

செம்மறிகள் ஒதுங்கும்
மரத்தடி நிழல்போல
நான்
நனைந்துகொண்டிருக்க

தோல் நனையா செம்மறியாக
அது மட்டும்
சந்தேகத்தின் கண்களைச்
சுழல விடுகிறது

எத்துனைச் சிறிய
பொருளையும் விடுவதாயில்லை

ஊதிப் பெருக்க ஒரு துளி போதுமே
காயத்தின் அளவே
கடும் வலியின் அளவுமென்கின்றன
மருந்தின் தாதுக்கள்

வலியின் குணமறியாத விரிசல்களில்
வழிந்தோடுகிறது
நாள் பட்ட காயத்தின் குருதி

உணர்வை ஓர் ஓவியமாய்ப் பார்க்கும்
ஐயத்தின் கண்களைத்தான்
எவ்வளவு நேரம் பொறுப்பது

அச்சத்தின் விழிகளுக்கு
ஒரு துண்டு புலால் போதும்

புலன்கள் மரிக்க தூர மலையின்
வீழருவியில் நனைகிறேன்

கசடைக் கழுவிச் செல்லும்
நீர்த்தாரையில்தான்
எத்தனை எத்தனை
வலியின்
காயத்தின்
மருந்தின்
நிறங்கள்.
⚘

28. பீத்தல் பீதாம்பரம்

குறும்புச்சொல் பீதாம்பரத்தார்
கைலான்கடையில் தேர்ந்தெடுத்த
உருப்படிகள் ஒவ்வொன்றும் ஒரு விதம்

யாரும் கொடுக்காத உருப்படியை
எல்லாருக்கும் தெரியும் வகையில்
படிப்படியாய் அடுக்கடுக்காய்
எடுத்துக் கொடுத்துக் காட்டுவது
பீதாம்பரத்தின் சுய தம்பட்டங்களில் ஒன்று

நண்பர்களே!
என ஆரம்பிக்கும்போதே
மூதேவிக்கு வரவேற்புச் சொல்லும்
கதாகாலட்சேபங்களுக்குக்
கட்டணம் வேறு

பீடத்தின் அடிவருடிகளின்
கரவொலிகளுக்கிடையில்
ஞானகுரு
தான் வாந்தியெடுத்ததைப்
பிரசாதமெனக் கரமேந்தி
நிற்குமொரு கூட்டம்

ஞானப்பெருவெளியின்
ஊடக சாமான்களில்
பேஷ்! பேஷ்! அபாரம் ! அபாரம் !
கரகோஷமுண்டு

அபச்சாரம்! அபச்சாரம்!
என எதிரணிப் பிரசாரமுண்டு
அதற்கு அரைகுறை காது கேளா
மூடர் கூட்டமென்ற பெயருமுண்டு

எதற்கும் எதிர்வினை புரியா
பட்டுக்குஞ்சரச் சர்ப்பர மஞ்சத்தில்
ஊடக உலா வரும்
இலக்கியப் புளுகளந்தான் பீதாம்பரம்

எந்தப் புறம் திரும்பினாலும்
அந்தப்புரம்போலே
கவிகளே தாவித்திரியுமொரு
சோலையிலே பிரசாதம்
வாங்கியுண்ண ஞானகுரு அடிகள்
பாதம் பற்றி
காலியான்குட்டிகள் மேய்கின்றன

மரபுக் குஞ்சு குசுமான்களை
நயமாய் நசுக்கும் வல்லமை
பீதாம்பரத்துக்கே ஏற்ற லய பாணி

புகழடைய
புறனடை பேசுவார்

கவனமடைய
நகுமோ நகாதோ
தகுமோ தகாதோ
காணூடகக் காலைக்கூட
நக்குவார்

வாழ்க பீத்தல் பீதாம்பரம்
வளர்க அவர்தம்
அடி தடி
வருடிகள்.

29. துருவ ருதுவின் இருள் ஒளி

1

காசினியின் பனியுற்ற
இரு துருவங்களை இணைக்கும்
நேரிழையின் துணுக்குளில்
தெரிக்கும் திவலைச்சிதறல்களில்
தோன்றி மறையும்
காலாதீதத்தின் பல்கோடி
ஒளியாண்டுகள் பயணித்தும்
பனியுகங்களின் குளிர்மையிலும்
உறையாது உருகிக்கொண்டேயிருக்கும்
வற்றா ஜீவ ஊற்றில்
புனலாடும் பனிக்கரடிகளின்
வெட்டுப்பற்களில் வழிந்து கசியும்
குருதிச்சிவப்பில் மிஞ்சிய
மரபின் இரட்டைச் சுழலேணியில்
மிதக்கும்
நான்கு பருவங்களில் ஊஞ்சலாடும்
சைட்டோசீன் அடினைன்
குவனைன் தயமின்
எச்சங்களில் புதைந்திருக்கும்
கபாலத்தின் கடின ஓடுகளைக்
காலங்காலமாக அனுப்பிக்கொண்டேயிருக்கும்
புதிர்
மர்ம

சூக்கும
ஸ்தூல
ரூப
அரூப
உருவ
அருவ
மாயக் காற்றேடுகளில்
படிகிற வெளியாய்ப்
பரவி விரவி நிரவி நிறைந்திருக்கிறது
பிறவியெனும் பாழுங்கடல்

2

முப்பாகம் நீரென
முதற்பாகம் நிலமெனக்கொண்டாலும்
நீரிருப்பதும் நிலத்தில்தானென
எப்பாகமும் நிலமென
மண்
மலை
மணல்
குன்று
கோடு
கோட்டம்
கிரியெனப்
பல்மொழிப்பொருளெடுத்தே
பிறந்த ஒரு
சொல்லெடுத்து வீசுகிறேன்
வெளியென்னும் மாயுருவனத்துள்
செல்பிரிந்து பிளவிப்பெருகிப்
பல்லுயிர்ப் பெருக்கமாய்

நறுமுகையொன்று
அறுவகையுயிர்ப் பெருக்கமடைந்த
அனைத்தும்
மாயை மாயை
மகா மாயையே
மா மாயையே
என்றுதயமாகிறாள்
சந்தியா காலத்துச் சாயாதேவி

3

கனவின்மை பெருகிவழிந்த
சாக்காடு நிறைந்த
பௌர்ணமியில் பேய்கள் குரைக்கும்
நான்கு நிலவுகளைத் தலையில் சூடிய
ஆழிப் பேரணங்கின்
காலடி சிசுவாய்
அவதியுறும் பெருஞ் சாமங்ககளில்
குழறும் கூகைகளிடம்
கதைகள் கேட்டவாறே
வௌவால் விழிகளோடே
பயணிக்கிறது கால நதி
உறுதியின்மையின் கேடு விளைந்ந
பொழுதொன்றில் அசோகமரத்து
ஒற்றை இலை
வீழ்ந்து துடித்த கணம்
யாமத்திலென்பதால் அதன் துயரம்
யாருமறியாதது

4

கோடு நீங்கி
விரிந்த நீண்ட கடல்
நீலத்தை
விரித்த வானம்
விரித்த பாயொன்றில்
பறந்து போகிறான்
கடல் நீலத்தில்
பறவைகளின் எச்சங்களைத் தேடி
கடல்காடுகளை விளைவித்த
ஆதிப்பறவைகளின்
மெல்லலகுகளில்
நீலமெழுதிப் போகின்றன
சிறுமேகங்கள்
எதன் மீதும் கண்கள்
மேய்ந்தாலும்
அதன் கடைக்கண்
பார்வை மட்டும்
தங்கள்மீது பட்டால்
போதுமெனக்
குஞ்சுகள் கடலடியில்
நடனமிடுகின்றன.

5

தேர்ந்தடுத்தலில்
திறமை கொண்டவளாய்
கல்லாயுதத்தை
வழியில் நிறுத்தி
எல்லையிது எட்டாது
நில்லென்றே
வரையறுத்து வழிதடுத்து
ஒளி மறைக்கிறாள் சாயா

ஒளிமறைப்பின் வித்தைகளை
அறிந்த கோள்கள்
ஒரே நேர்க்கோட்டில்
வருகிற ஒவ்வொரு
முப்பது நாளும்
தேயும் காயும்
மேயும் பாயும்

அந்த ஒளி
வெளிச்சத்துக்கும்
இருளுக்குமான
மறைத்துத் தேடும்
தேடி மறைக்கும்
புனித விளையாட்டில்
ஒளி என்ற ஒன்று
இல்லாத போதும்
ஒளித்தடுப்பென்பதே
இல்லாதபோதும்

எந்நிழல்
எங்கு தோன்றும்
எந்நிழலை
யார் மறைப்பர்
๑

30. வெற்றிட மழை

கானக இரவின் மழை
சாய்வுச் சாரலாக
இந்தப் பயணத்தில்
முன்னிறங்குகிறது
அடிக்கடி வந்து போகும்
வெளிச்சக்கதிர்களில்
மின்னுகின்றன
சாரல் ஊசிகள்
இலைகள் வருடித்
திவலைகள் வழிய
கூந்தல் ஈரம்
கசிந்து நனைய
சுள்ளிக்கட்டினைத்
தலையில் சுமந்தபடி
இருகை காற்றிலாட
நடக்கிறாள் வனமகள்
வலுக்கும் மழையில்
மேலும் நடக்க இயலாது
கேட்கிறேன்

ஒதுங்கி இளைப்பாற
இடமேதும் கிடைக்குமா
வனத்தில் இல்லாத இடமா
இருக்கும் இடம் புலனாக

நிற்க வேண்டும்
மழை
அதற்கு
மனது வைக்க வேண்டும்
மழை

காற்றற்ற பிரதேசத்திலும்
கட்டற்றுப் பெய்யும்
இம்மழை யாருக்காக?
๑

31. அறி வினா

காலத்தின் கிளைகளில்
தலைகீழாகத் தொங்கும்
பிரேதமாக அலைவுறுகிறது
வாழ்வு

அதைத் தோள்மீதுதான்
சுமந்து செல்கிறேன்
பிரேதமோ
வேதாளமாக மாறி
கதைகளின் புதிர்களை
முடிச்சிடுவதும்
அவிழ்ப்பதுமாகச் சிரிக்கிறது

பயணத்தின் சிடுக்குகளும்
முடிவற்றவைதான்
வேதாளம் கண்ணயர்வதும்
விழிப்பதும் முடிவுறா
செயல்கள்தான்
பாரத்துடன் நடப்பதில்

வீக்கமுற்ற பாதங்களில்
வேதாளம் தன்னிருப்பின்
வழியே வாதைகளைத்
தடவித் தெம்பேற்றுகிறது
துயரங்களைவிடவா மிகச்சிறந்த
பாடம் இருக்க முடியும் என

சிந்தை பூரான்கள் ஒருபோதும்
மெதுவாக நகர்வதில்லை

நிந்தை மரவட்டைகள் ஒருபோதும்
வேகமாக நகர்வதில்லை

போதாத
இந்தக் காலம்தான்
ஒளி தோன்றி மறைவதற்குள்
விரைவாகக் கடந்துவிடுகிறது

முடிவின்மையின் பயணத்தில்
முதல் பதுமை கேட்கிறது
உன்னை அறிவாயா என
எனக்குத்தான் தெரியவில்லை
நான் வேதாளமா?
விக்கிரமாதித்தனா?
❦

32. இடமாறு தோற்றப் பிழை

"நட்சத்திரங்கள் எங்கு உள்ளன?
அவற்றைப் பார்ப்பவனின் மூளையில்"
                                    -ஹெர்மன் ஹெஸ்ஸே.

உங்கள் கண்களில்
இப்படித்தான் தெரியவேண்டும்
என நினைக்கிற
உங்கள் முன் அப்படித்
தோன்றாத போது
முகஞ் சுளிக்கிறீர்.

எனது கண்களால்
என்னைப் பார்க்கிறது போல
எனது கண்களாலேயே
என்னைப் பார்க்க
உங்கள் கண்களைப்
பழக்கப்படுத்துங்கள்

எனது
உள்ளெழும் தனிவிருப்பங்கள்
உங்கள் விருப்பத்திற்கெதிராக
இருக்கிறதெனில் நான் பொறுப்பன்று.

உங்களுக்கு
நான்
நாயாகத் தெரிவதற்கும்
நாயகனாகத் தெரிவதற்கும்

நானா பொறுப்பு?

33. சென்னை இரவு

கவர்ச்சியற்ற இந்த மஞ்சள் இரவு
யாருடைய துணைக்காகவோ
காத்திருக்கும் நாய்க்குட்டியாக
அங்குமிங்கும் இங்குமங்கும்
அலைகிறது.

இரவில் மட்டுமே இரையுன்னும்
'நாக்டர்னல்' நவ யுவர்கள்
இருசக்கர வாகனங்களில் விரைவதை
இந்த இரவு
தினந்தோறும் சகித்துக்கொள்ளும்
வாடிக்கையை
மின்கம்பியில் தொங்கிக்கொண்டிருக்கும்
பனித்துளி
தினந்தோறும் பார்த்துக்கொண்டிருக்கிறது.

ஐஸ்கிரீம் வண்டியின்
ஒலிக்காத மணி
அமைதியாகத் தொங்கிக்கொண்டிருக்கிறது

மெட்ரோ இரயில் நிலையங்களில்
இருந்து
பயணிகள் யாரும் ஏறிவரவில்லை

தூங்குமூஞ்சி மரங்களின்
பிங்க் நிற மலர்கள் உதிர்வதை
இரவு தாங்கிக்கொள்கிறது.

பெருச்சாளிகள் தங்கள் வேட்டையை
எந்தவித அச்சுறுத்தலுமின்றி
தொடங்கிவிட்டன

சுவாரஸ்யமே அற்ற
இந்தத் தனித்த
இரவுதான்
எல்லாவித சுவாரஸ்யங்களுக்குமான
ஒரு பகலைக் கடத்தப்போகிறோம்
என்பதறியாது
கொஞ்ச நேரம் உறங்குகிறது.

&

34. சோதனை

1

என்னைச்
சோதனை செய்து பார்க்க
பரிசோதனை செய்து பார்க்க
சுய பரிசோதனை செய்து பார்க்க
என்னைத்
தவிர சோதனை மாதிரி
வேறு எது/யார்
இருக்க முடியும்

2

இன்ப துன்பியல்
நாடகம் இது
இரு வேளை
இரு உணர்வு
போவதும் வருவதும்
இல்லவும் உள்ளவும்
ஒன்றே

3

பவழ மல்லிகை
உதிர்கிறது
இளஞ்சிவப்புச் செம்பருத்தி
மலர்கிறது
ஒன்றில் நாற்றம்
ஒன்றில் நாற்றமின்மை
அல்லது
குறைந்த நாற்றம்
இரண்டிலும் மொய்க்கிறது
ஒரே வண்டு

4.

கூடல் நேர கூந்தல்
சூடுவதும்
பூதவுடல் பாடைப் பிணம்
சூடுவதும்
பரமன் பூஜைக்குச்
சூடுவதும்
ஒரே மலர்
வாசனை மட்டும்
வேறு வேறு வேறு.

35. நற்புலரி

இந்தக் காலை இவ்வளவு சீக்கிரம்
வந்திருக்கக் கூடாது

இழவுச் செய்திகளைத்
தாங்கி வரும்
குறுஞ்செய்திகள் அதிகமென்பதால்
இந்தச் சூரியனாவது
சற்றுத் தாமதமாக
வந்திருக்கலாம்

தும்பி
வண்டு
வண்ணத்துப்பூச்சிகளுக்கும்
இதே காலைதானே
வாழ்த்துச் செய்திகளைக் கொணர்ந்திருக்கும்

காற்றுவெளியில்
பிரிகை அடையும்
ஒளியைத் தூசிகள்தாம்
அடையாளப்படுத்துகின்றன

விடாது கத்திக்கொண்டேயிருக்கும்
தவிட்டுவால் குருவியின் துணைக்குக்
காகங்களும் கரைகின்றன

அதிசயமாகத் தங்க அரளிப் பூக்கள்
பூத்திருக்கின்றன தொட்டியில்

கொன்றை மரமேறிப்
பந்தலாகப் படர்ந்திருக்கும்
பிச்சிப்பூக்கொடியில்
இன்னும் அரும்பு விடவில்லை

விருந்தினரைப்போல
மிகப்புதுமையாக வந்திருக்கும்
இந்தக் காலை மீதேறிதான்
இன்றைய பயணம்.

❦

36. காம்பு நீங்குதல்போல

விடுதலை நாளின்
வருகைக்குக்
காத்திருக்கும்
சிறைக்கைதி நான்

அணிற்பிள்ளை
பாதி உண்டு
மீண்ட கனி அழுகி
காம்பு நீங்குதல்போல
ஒரு நாள் இறப்பேன்
அதுவரை மரத்தின்
மீச்சிறு துளைகள் வழி
நுண்புழையேறும் நீராய்
குற்றவுணர்வின்
குருதிதோய்ந்த வாழ்விதனை
பத்திரப்படுத்திக்கொள்வேன்

எனது நாட்குறிப்பினைத்
தற்செயலாகக் காண நேர்கையில்
துரோகத்தின் சாயையை அல்ல
அசலைத்தான் அதிகம் வாசிக்கலாம்

கணம் கணம் உள் சுவாசத்தில்
பிறப்பும்
கணம் கணம் வெளி சுவாசத்தில்
இறப்பும்
இதற்கிடையில் குவிகின்றன

புதுவெள்ளம் வரும்
வாழ்வின் நதியில் பெருக்கும் அழுக்குகளை

இறப்பு எப்படி நிகழுமெனத்
தெரியாதெனினும்
நிகழ்ந்துவிடுமெனத்
தெரியுமெனினும்
தற்கொலையில் நிகழாதெனத்
தெரியும்

சிறுமுள் காலில் குத்தும் வலியைக்கூட
தாங்க முடியாதவனுக்குத்
தற்கொலைக்கு முன்னதான
வலியைத் தாங்க முடியுமா?

எப்போதும் வீசும் காற்றுபோல்
அந்த மலையிலிருக்கும்
அமைதியைப்போல
மரணமும் அருகே இருக்கிறது

மலைகளுக்குப்பின் சூரியன்
மறைவதைப்போல
மரணம் நிகழினும்
மீண்டும்
அது கடலில் இருந்து எழாது

விளக்கின் சுடர்
அணைந்தெழும்
சிறிய புகை நான்

ஓயாது அலையடிக்கும்
கடலாகக் கால கதியில்
அவ்வளவு சீக்கிரம்
விடுதலையாக முடியாதென்றே
தோன்றுகிறது

பண்ணிய பாவங்களுக்கும்
செய்த தீவினைச்
செயல்களுக்கும்
இனியேனும்
பொறுத்தருளுங்கள் என்னை
இன்றேனும் மன்னியுங்கள் என்னை
என்னும் குற்றவுணர்களின் பட்டியல்
மண்ணுக்கும் விண்ணுக்கும்
இடையில் செங்குத்தாய் எழும்பி
நீண்டு கிடப்பதால்.

৯

37. பேரிடர்

ஒரு புயலைப்போல
புதிய புயல் வருகிறது என்றார்கள்
புயலைத் தணிக்கும்
வழியறியாததால்
புயலை அமைதிப்படுத்தும்
வழியறியாததால்
என்னை அமைதிப்படுத்தும்
வழிகளைத் தேடினேன்

ஒரு தேநீர் குடிக்கும்
கால அளவில்
கடக்கும் புயல்தானது
என்றும் சொன்னார்கள்
என்னைத் தணிக்கும்
முறைகளைப் பின்பற்றினேன்

என்னைப் பாதுகாக்கும்
நடவடிக்கைகளில் ஈடுபட்டேன்

சிறு எறும்பைப்போல
தேவையான பொருட்களை
தனியே சேமித்துக்கொண்டேன்

நீரும் காற்றும் வராத
இடமாக ஒளிந்துகொண்டேன்
ஒரு கரப்பான் பூச்சியைப்போல

எனது வீட்டின் எல்லைக்கப்பால்
எழுபது மைல் கடல்தூரத்தில்
ஆங்காரத்துடன் புயல் வந்தது
யானைக் கூட்டமொன்று
துவைத்துச் சென்ற
வயல்வெளியாய்
எல்லாம் குலைந்து கலைந்தன

தீராத அதன் விளையாட்டுகளை
எனது இல்லத்தில்
நிகழ்த்த ஒத்திகையை
ஏற்கெனவே பல வருடங்களாக
யாருடைய வீட்டிலோ
நிகழ்த்தி இருந்தது

இடையில் இருப்பதோ
தடையாக இருப்பதோ
எது குறித்தும் அதற்குக்
கவலை இல்லை

நாற்பத்து ஏழு நாழிகைகள்
தொடர்ந்து என்னைப் பார்த்துச்
சிரியாய்ச் சிரித்துக்
கண்ணீர் வரும்வரை
நாட்டியமாடியது

இங்குலிகம்

புயலுக்கு முன்னிருந்த
அதே அமைதியைப்போல்
இருக்கப்போவதில்லை
புயலுக்குப்பின்னான அமைதி
என்று வானிலை அறிவிப்பினைச் செய்தார்கள்
அப்புயல் போய்விட்டது

இன்னும் போகவில்லை
சீற்றமும் தாக்கமும்.

38. அபத்தக் காதலன் இறக்கவில்லை

எனக்கு முன்னர்
பிறந்து
எனக்கு முன்னரே
இறந்து
அவர் இறப்புக்குப் பின்னரே
நான் பிறந்து
அவர் இறப்புக்கு முன்னரே
அவர் எழுதிய
அவர் இறந்தும்
இவ்வளவு ஆண்டுகளாகியும்
புகழ் குன்றாத
அபத்தமான இவ்வாழ்வு
பற்றிய
அரிய நூலொன்றை
என் இறப்புக்கு முன்னரே
நான் படித்துவிட்டதுதான்
என் பிறப்பிற்கான அர்த்தம்
என்றான பின்னர்
எனக்குப் பின்னர்
யார் பிறந்தால் என்ன
யார் இறந்தால் என்ன
யார் இந்த வாழ்வை
எழுதினால்
எனக்கென்ன?

(ஆல்பெர் காம்யுவுக்கு)

39. மிச்சம்

அரசிலைகள்
வெளிர் பச்சையில்
துளிர்க்கும் மாசியில்
அப்பாவுடன் நடந்த
தென்பெண்ணைக்
கரையோரம் நடக்கிறேன்

அக்கரையிலிருந்து
அப்பாவின்
'பாவாடை தாவணியில்
பார்த்த உருவமா?'
எனப் பாடும் குரல்
ஆற்று நீரலைகளில்
தவழ்ந்து வருகிறது

ஓணான் கொடிப் பூக்கள்
மலர்ந்திருக்கும்
கரையருகே
ஓடிய நீரில்தான்
திதி தர்ப்பண
மிச்சத்தைக்
கரைத்திருந்தேன்

அந்நீரில்தான்
உளுவை மீனொன்று
நீந்திக்கொண்டிருக்கிறது
தனியே.

৯

40. மூடாக் கண்கள்

இணையை அல்லது துணையை
அழைக்கும் குரலுக்கும்
அன்றழைத்த குரலுக்கும்
நிறைய வித்தியாசமிருந்தது

கிணற்றின் ஆழத்தில் இருந்து
குழாயொன்றைப் பிடித்தபடி
நீருக்குள் மூழ்காது
தவித்தபடி அலறும்
அந்தப் பூனைக்கு
ஆறுதல் சொல்லியபடியே
இருந்தாள் மகள்

நீள ஏணியொன்றை இறக்கி
மீட்டோம்
குழந்தைக்குத் தலை துவட்டுவதுபோல
தலை துவட்டி
அனுப்பி வைத்தாள் மகள்

அங்குமிங்கும் பார்த்துப்
பயந்து பயந்து
தவித்தபடி
எங்கள் பார்வையிலிருந்து
மறைந்தது அந்தப் பூனை

நாட்கள் நான்கான பின்
வந்த தூர்நாற்றத்தில்
கிணற்றைப் பார்த்தாள் மனைவி

உப்பிப் பருத்த சடலமாக
கருத்த நாயொன்று மிதக்க
கார்ப்பரேஷனில் இருந்து வந்து
கூடைகட்டி இறக்கி
எடுத்துப் போனார்கள்

ஞாயிறு இராகுவில்
எலுமிச்சை பழமும்
குங்குமமும் கலந்து
பிசைந்து விட்டோம்
கிணற்றுக்கு

கிணற்றின் வாயை
மூடவந்த ஆசாரியோ
மூவாயிரத்துநூறைக் கேட்டு
மூடிவிட்டுப் போனார்

நாயின் மூடாத கண்களும்
பூனையின் மருண்ட விழிகளும்
இரவுகளில்
மூடாத என் கண்களைப்
பார்த்துக்கொண்டிருக்கின்றன.

41. செய்வழிப் பாவம்

அவசர அவசரமாக வெளியே
கிளம்புபவனுக்குத்தான்
அவசர அவசரமாக
தடைகள் காத்திருக்கின்றன

இரவு முழுதும்
பனியில் நனைந்திருந்த
வாகனத்தின் போர்வையைத்
திரை விலக்குவதுபோல
அவசரமாக அகற்றுகிறேன்

வாகனத்தின் அடியிலிருந்த
வெள்ளை நாயொன்று
வெளிப்பட்டு ஓடுகிறது

ஓடிய நாயுடல் உதறல்
சுப சகுணமா
அப சகுணமா

துடைத்த வாகனத்தைத்
துவக்கியபோது
'கீய்ங்க்... கீய்ங்க்'கெனக் கதறும்
குரல்கள்

வெளியேறிக் குனிந்து பார்க்கையில்
பிறந்து இரண்டொரு
ஓரிரண்டு நாட்களே ஆன
ஐந்து நாய்க்குட்டிகளில்
இரண்டினை
வாயில் கடைவழி
குருதி கசிய
கொன்றிருந்தேன்

பாழாய்ப்போன தாய் நாய்
குரைத்திருக்கலாம் முன்னரே
பழி செய்த நானாகிலும்
குனிந்து பார்த்திருக்கலாம் முன்னரே

உள்ளங்கை யளவேயிருக்கும்
அவற்றைக் கொல்லுமளவு
உள்ளம் கொண்டேனில்லை நான்

மீந்த குட்டிகளைக் கையிலேந்தி
கரமிரண்டுங் கூப்பியழுது
மன்னித்துவிடு நாயே
மன்னித்துவிடு தாயே
என அதன் முன் மண்டியிடுகிறேன்

அது
குரைக்கவுமில்லை கடிக்கவுமில்லை

இரண்டு மடி காம்புகளில்
பால் திரள
பார்த்துக்கொண்டேயிருக்கிறது என்னை!
௸

42. தூரிகை

பன்றி
ஒன்றிலிருந்து
பிய்த்தெடுத்த
உரோமங்கள்தான்
பறவையின் சிறகை
வரைகின்றன
❦

43. சாகப் பழகியவனின் குறிப்புகள்

1

பிறப்பறுக்கும் இகமும்
அறுத்துப்பின் காலமெனும்
மாயநதியில் உறையாது
ஓடும் பரமும்
செரித்துண்ணும் கணத்தில்
இடுகாட்டில் இட்ட பிணங்களும்
சுடுகாட்டில் சுட்ட பிணங்களும்
எங்கு போகின்றன
யாது செய்கின்றன
யாமறியோம்

இறந்து போனவர்கள்
என்ன செய்வார்களாம்
"இறந்து போன அவர்களை நினைத்து
இறக்காத பிறர் துயரடைகிறார்களா என
வேவு பார்ப்பார்கள்"
என்ற பாட்டியின் சொல்லை எப்படி நம்புவது?

இறப்பைப் பற்றியோ
இறந்தோரைப் பற்றியோ
அறிந்துகொள்ள நீங்கள்
ஒருமுறை இறந்து பார்க்கலாம்

இறப்புக்குப் பிறகு
என்னவென்று அறிந்துகொள்ளவும்
ஒருமுறையேனும் இறந்து பார்ப்பது நல்லது

எப்படி இறப்பது?

முன்னர் பல முறை இறந்து போனவர்கள் இது குறித்து
கவலை கொள்ள தேவையில்லை
இப்போது புதிதாக இறக்க நினைக்கிறவர்களும்
எப்படி இறப்பதென்று குழப்பிக்கொள்ள வேண்டாம்
இருக்கவே இருக்கிறார்கள்
உறவினர்,
நண்பர்,
உறவும் நட்பும் இல்லாத விருந்தினர்,
உறவாடிக் கெடுக்கும் சிறப்புறவினர்,
தூர இருந்தே குமுறிக்கொள்ளும் வைரியர்,
அருகிருந்தே சிரித்துக் களிக்கும் துரோகியர்,
எல்லாவற்றுக்கும் மேலாக
எல்லா துர்குணங்களும்
எல்லா நிர்குணங்களும்
கொண்ட நும் காதலர்
இவர்களுள்
யாரேனுமொருவர்
உங்களை இறக்கச் செய்யலாம்

இறப்பதற்கானச்
சரியான காரணத்தைத்
தெரிவு செய்ய வேண்டுமா
விரக்தி, வேதனை,
துன்பம், துயரம்,
உடல் நோய், மன நோய்

விரோதம், துரோகம்,
ஏமாற்றம், ஏக்கம்,
உறவு, பிரிவு,
காதல் தோல்வி...
இத்யாதி காரணங்களைச்
சொல்ல வேண்டாமே
வாழ்வதற்கு இப்படியெல்லாம்
காரணம் கூறிக்கொண்டா வாழ்கிறோம்

வாழப் பழகிவிட்டோம்
சாவதற்குப் பழகவேண்டும்

2

கொலைக்கள பாதையெங்கும்
பாவத்தின் செடிகள்
பூத்துக் குலுங்குகின்றன
அடக்கம் செய்த
ஏழாவது நட்சத்திரம் மலரும் நாளில்
இறந்தோர் நினைவுச் சின்னங்கள்
கல்லறைகளாகப் பூக்கின்றன

ஞாயிற்றுக் கிழமைகளை
கல்லறைகளுக்குக் கொண்டுவரும்
பழக்கத்தை அந்தச் செல்ல நாய்களுக்குச்
சொல்லிக் கொடுத்தது யார்

தென்பெண்ணையின்
வடக்குப் பார்த்த சுடுகாடு
வாடைக்காற்று எப்போதும் மரண
வாடையைக் கொண்டு வருவது
இங்கு பிரசித்தம்தான்

இப்புனிதத்தலம் சூதாடிகளின்
கூடாரமாக மாறிப்போனபோது
சாபமிட்டுச் சென்றவளின்
குரல் மட்டும்
கூகைகள் குழறும் இராத்திரிகளில்
கேட்கிறது

இரவில் யாருமில்லாதபோது
கல்லறைகளில் இருந்தவர்கள்
சூதாட்டத்தைத் தொடர்கின்றனர்

உள்ளே வெளியே
ஆட்டம்
வெளியே உள்ளே
என
மாறி ஆடுபவர்களில் வெற்றி பெற்றவர்கள்
சீக்கிரம் உள்ளே செல்ல வேண்டும் என்பது விதி

விடிவதற்குள் முடிந்துவிடும்
ஆட்டத்தைக் காண
போவோர் யாருமில்லை
வருவோர் மட்டுமே இங்கே

3

கதைகள் அரசாளும் தேசம் இது
நம்பிக்கைகளின் இரத்தம் தோய்ந்த
கூர்வாட்கள்
நீதி மறுக்கப்பட்டவர்களின்
தலைகளைக் கொய்து பிணங்களை
எரிக்கவும் புதைக்கவும் கூடாது

மாம்சம் உணவாக மறுக்கப்படும் தேசத்தில்
நகர எல்லைகளுக்கு வெளியே
காடுகளில்
சிங்கங்களும் புலிகளும்
வேட்டையை இன்னும் நிறுத்தவில்லை

4

பின்பனிக்கால உதிரிலையாக
இம்மதியத்தின் வெயில்
உதிர்ந்துகொண்டிருக்கிறது
நகர பூங்காக்களின்
நடைபாதை நீள்வட்டத்தில்தான்
சாதலுக்கான வட்டப்பாதையைக்
கண்டடைகிறார் தினமும்
மாத்திரைகளை உணவாகக் கொள்ளும் அவர்

பூங்காவின் புதர் ஒன்றில்
மறைந்திருந்த மஞ்சள் பனி
மெல்ல அவரை நோக்கி
நகர்ந்து
கரையத் தொடங்கும் வேளை
"போகலாமா?" என்கிறார்.

௸

44. மலர்ச்சி

நிதர்சனத்தை
கைக்கொண்டிருப்பவனில்
மரணம் எப்போதும்
ஒரு பூவாக
விரிந்து
மலர்கிறது

❧

45. குதிக்கும் ஜீன்கள்

நெருக்கங்கள் மிகுந்த கூட்டத்தில் நடக்கிறேன்
எதிர்படுபவர்களுக்கு எதிர்படும் நான்
எதிர் புன்னகையையும்
சில நற்புன்னகையையும்
பரிசளிக்கிறேன்.
தெருவோர மரங்கள்
பழுத்த இலைகளை உதிர்க்கின்றன

கோடைகாலத்தில்
இந்தச் சின்னஞ்சிறு கிராமத்தில்
திருவிழாக்களில் பீறிடும்
இசைக் கச்சேரிகள் பீதியூட்டுகின்றன

பால்யத்தில் பயந்த
நெல் அரவை இயந்திரத்தின் ஒலிபோல
இந்தக் கூட்டத்தில் அவர்
ஒலிபெருக்கியில் முழங்குகிறார்

அரங்குகளுக்கு எழுத்துப் பெயரிட்டவனையும்
எண்ணுப் பெயரிட்டவனையும்
வியந்தபடியே நகர்கிறேன்

போலி புன்னகைகளும்
போலி அணைப்புகளும்
போலி நலவிசாரிப்புகளும்
போலி கைக்குலுக்கல்களும் மிகுந்த

அந்தக் கூட்டத்தில்
பஞ்சுமிட்டாய்க்காரன்
தனது கைக்கடிகாரத்தின்
முட்களைச்
சரியாக பன்னிரெண்டு மணிக்கு வைக்கும்போது
ஒவ்வொரு மேடையிலும் அனாயசமாக
இருவர் உறைந்தபடியே
பன்னிரெண்டுபோல் நிற்கின்றனர்

கூட்டமும் அசையாது நிற்கிறது
நெரிசல் அலைகளில்
மிதந்து வரும்
வேறொரு கலைஞன்
ஏரிக்காற்றைச் சந்திக்கப்
போனவனுக்காகக் காத்திருக்கிறான்

நுண்ணுயிர்ப் பெருக்கம் மலர்க்கொத்தாக
விரிவடையும் திருவிழாவில் வரிசையாகக்
குறும்புதர்ச்செடிகள் வளர்கின்றன

ஈரம் காய்ந்த திருவிழாப் பந்தலில்
நுண்ணுயிர்கள் வளராதென
'பார்பரா மக்ளிண்டாக்' புலம்புகிறார்
குதிக்கும் ஜீன்களைக் கண்டறிந்தபோது
தாமும் குதித்ததாகவோ
அதற்கு நோபல் பரிசு வழங்கப்பட்டபோதும்
தாம் குதித்ததாகவோ அவர் ஒருபோதும்
சொன்னதேயில்லை

இங்கே இந்தத் திருவிழாவில்
'தினம் தினம்'

'குதி குதி' என்று
குதித்துக்கொண்டே இருக்கிறார்கள்

ஆட்டத்தில் தேர்ந்தவன்
ஆடத்தெரியாமல் ஒருவன்
ஆடும் ஆட்டத்தை எள்ளி நகையாடாமல்
தானும் சேர்ந்தே ஆடுகிறான்

ஆட்டு மந்தைகளை மேய்க்கும் ஒருவன்
பின்னாலேயே மாடுகளும் போவதுதான்
இத்திருவிழாவின் விந்தை

அரங்கம் அதிர முழங்கும்
வார்த்தைகளில் இருந்து
பிரிந்த எழுத்துகள்
மைதான மரங்களின்
இலைகளாக சலசலக்கின்றன

தடை செய்யப்பட்ட
வார்த்தைகளை உருவாக்கப்
பயன்படுத்தப்பட்ட எழுத்துகள்
இலைகளாகப் பரிணமிப்பதை
யார்தான் பொறுத்துக்கொள்வார்கள்
இலைகளை வளர்த்ததற்காக
மரங்களை வெட்டச் சொன்னால் பரவாயில்லை
நீருற்றியவனையல்லவா காவு கேட்கிறார்கள்.
☙

46. சுழல்

மண்புழுக்களைச் சேகரிக்கையில்
கிடைத்தவை கைகளில்,
கிடைக்காதவை மண்ணில்
கழுகு தம்குஞ்சுக்குப்
பாம்புக்கறியைப் பரிசளித்தல் போல
தூண்டிலில் சொருகி
சுருக்கி சுருக்கி
நீட்டி நீட்டி
நீரில் வீசுகிறேன்

தக்கையசையக் காத்திருக்கின்றன கண்கள்

நீருள் இழுபடும்
தூண்டிலை மேலிழுக்கவும்
குளம் உள்ளிழுக்கவுமான
போராட்டத்தில்
குளமே வெல்ல
குப்புறக் கவிழ்ந்து மிதக்கிறேன்

எனது திறந்த விழிகள்
இன்னமும் தேடுவது
துடுப்பு வால்
வளைந்து நெளிந்தோடும்
மீன்களையா?
நீரடி மண்ணுக்குள் புழங்கும்
மண்புழுக்களையா?

❦

47. பிறவாச் சொல்

நாமிருக்கும் இப்பூமிக்கு
முன்னதாக வெளிப்பட்டதாகவோ
நமக்குப் பிறகான
இப்பிரபஞ்சத்துக்குப்

பின்னதாக
வெளிப்பட இருப்பதாகவோ
அகாலத்திலும் இகாலத்திலும்
நம்மிடை மிதந்துழலும்
அதைக் காதலென்று சொல்ல
அவசியமில்லை.
அதற்கும் மேல் ஏதாகிலும்
ஒரே ஒரு சொல்
பிறந்துவிடாதா என்ன?
௸

48. நானாதல்

கோடி கோடி துக்கங்களைத்
தன்னிரு விழிகளால் கண்டடைந்தவன்
அவற்றைக் காணாமலாக்குகிறான்
ஒரே ஒரு துணுக்கு இசையால்

யானையின் காதுகளை
மனமாகக் கொண்டவனுக்குத் துயரங்கள்
ஒருபோதும் நேர்வதில்லை

துயரத்தின் அதீதங்களைக் கண்டடைய
அந்தப் பெருமலையின்
அடிவாரத்துக்குச் சென்றேன்.

வாழ்வின் ஆகப்பெரும் துயரங்களின்
குவியல்களைச் சமபக்க முக்கோணமாய்
வடிவமைத்திருந்தது மலை

என் கண்ணீரை அலசிவிட
அந்தப் பெருங்கடலுக்குச் சென்றேன்
வாழ்வின் ஆகப்பெரும் கண்ணீரை
அதீத உப்புச்சுவையுடன்
அலையடித்துக்கொண்டிருந்தது கடல்

என் சினத்தைக்
காட்டின் பெரிய பெரிய
மரங்களின் வளையங்களுக்குள்

ஆணி அடித்துவிட
பெருங்கானகத்துக்குச் சென்றேன்

கோரப்பற்களைக் காட்டி மிரட்டியபடியே
சினங்கொண்டு அங்கே
காலங்காலமாய்க் காத்திருக்கிறான்
எனக்கு முன்னான நான்.
✑

49. நிழல்

உச்சி வெய்யிலில்
நாள்தோறும்
தோன்றி மறையும்
காலடியில்
வட்டமிடும் நிழலைக்
கூட்டிச் செல்ல முடிவதில்லை
இறுதி வரையிலும்
அவரவர் நிழல்
அவரவர் காலடிகளில்

விரிந்த ஆகாயத்தின்
நிழலை எங்கு தேட

கணந்தோறும்
மேக நிழல்கள்
யூகங்களுக்கேற்றவாறு
உருக்கொள்கின்றன

கால்களின்
கீழிருந்து மேலாகப் பாயும்
ஒளியைப்
பார்த்ததில்லை
ஒரு நாளும்
எனவே நிழலின் நிழலையும்

உணவைத் தேடி அல்லலுறும்
இச் சிற்றெறும்புகளுக்கு
இளைப்பாற
குறைந்த பட்சம்
என் நிழலையேனும் கொடுக்க
இந்த வெய்யிலில் நனைகிறேன்
❦

50. பரிசு

தீக்கொன்றை பூக்கும்
இளவேனிற்காலத்தின்
நண்பகலொன்றில்தான்
முறிந்தது உறவு

அப்போதொரு குயில்
கூவியதைக் கேட்கவேயில்லை
நாம்

பரிசுகளாகக் கொடுத்தவற்றை
பரிசுகளாகப் பெற்றவற்றை
இவ்வுறவு முறிவின்
நினைவுப்பரிசாக
இருக்க
அஞ்சலில் பரிமாறிக்கொள்ளலாம்
என முடிவாயிற்று

என்னிடமிருந்தது
உன்னிடமிருந்தது
என எல்லாம்
மாறி மாறி
பெற்றுக்கொண்டோம்

எப்போதும் தீர்ந்துவிடாத
அந்த ஒன்றை மட்டும்
திரும்பத் தரவோ
திரும்பப் பெறவோ
முடியவேயில்லை
இருவருக்கும்

இனி இந்த நைந்த மனதை
தயார் செய்ய வேண்டும்
ஒவ்வொரு
இளவேனிலிலும்
குயிலின்
கூவலைக் கேட்க.

☙

51. கபாலமுகி

சூழும் மாயவலையின்
சூட்சுமக் கண்ணிகளை
அறுத்தெறியும் சூத்திரமறியும்
சுடுகாட்டுப் பிடாரி
பாடையில் எரிகிறாள்

பூதகி ஊதிய
ஊதற்பையில்
புகுந்துகொண்ட
விரல்கடை நரன்கள்
தந்திரமும் நயவஞ்சகமும்
வெளியேறும் வழியில்
சொல் சிதறி
செத்து விழித்தாள்

விறல் கெழு சூலி
சூழும் ஓநாய்கள்
குரூர செந்நாய்கள்
முழுவலு குலுங்க
ஓரடி பின்வாங்கி
நொடிதனில்
நூறடி பாய்ந்து
மின்னல் அடியாய்ப்
பொடியர் தமை பொசுக்கிச்
சூறைக்காற்றும் சுழல
நெடுங்காலம் தேடிய
கடுங்குற்றவாளிகள்

உறுகண் உறக்கம் நீக்கி
உருச்சாபமிட்டனள்

மாவிழி மய்யத்திலகம்
செங்குருதி வழிந்தோட
கானமர் செல்வி
வானவர் தமை
வாழ்த்த

ஊரும் பாம்பின்
உரிந்த சட்டை
உடுத்தியோள் அணிகையில்
உயிர் பெறும்
விடம் பாம்பு
கடந்த பாதை
கடும்பாதை
கடும்பாதை
கடந்த பாதங்கள்
மென்மை சுகந்தம்
ஒருபோதும் விரும்பா
பாதங்கள்

எதிர்படும் எதையும்
எத்தி எறியவும்
பழுத்துக் காய்த்த
கொடுங் கரங்களால்
கொடியவர்தம் கண்டங் கழுத்தை
கடித்துத் திருகி முறிக்க
காத்திருக்கிறாள்
கபாலமுகி.

৯

52. பொக்கிஷம்

பொக்கிஷத்தைப்
பத்திரப்படுத்திக்கொள்ளத் தெரியாதவனுக் குக்
"குறையொன்றுமில்லை கண்ணா"
என சுப்புலட்சுமி உருகுகிறாள்

தொடர்ந்து முத்துராமனோ
நினைப்பதெல்லாம்... எனச்

சுரனையே இல்லாமல்
பாடிக்கொண்டிருப்பதைச்
சுரனையே இல்லாமல்
கேட்டுக் கொண்டிருக்கிறான்
பொறுப்பற்ற ஊதாரி.

இருந்திருக்கலாம்தானே
முத்துராமனுக்கும் சுப்புலட்சுமிக்கும்.
☙

53. மீட்சி

உங்களுக்கு என்னைப்
பிடிக்கவில்லை என்பதை
திடீரென மறையும் அந்தி மேகமாய்
காற்று கொண்டுவரும்
குளிர்ச்சியால் வருடாதீர்

எனது உயரத்தை
உங்களால் ஒருபோதும்
தாங்க முடிவதில்லை என்பதை
மறைமுக
உதாசீன மழையாகப்
பொழியாதீர்

உங்கள் வரையறைக்குள்
வரமுடியாத என்னை
வலுக்கட்டாயமான
சிரித்த முகத்துடன்
வரவேற்க வேண்டாமே

என் வளர்ச்சிதானே
ஒரு சிறு பிள்ளையின்
காரணமறியா அழுக்காறாக
உங்களைப்
பாடாய்ப் படுத்துகிறது

நேர்முகமாய்ச் சொல்லுகிற
அந்தப் பெருந்தன்மை
என்னைப்போல்
ஏன் உங்களுக்கு
வாய்க்கவில்லை

சூசகத்தின் உச்சங்களில்
இருந்துகொண்டு
மறைமுக யூகவெளிகளில்
நீங்கள் அனுப்பும்
பிணந்தின்னிக் கழுகுகள்
என்னைத் தாமதாமாகவே
வந்தடைகின்றன

என்றாவது
முகத்துக்கு நேராய்
நிகழ்ந்து விடுகிற பாராட்டை
என்மீது எறியப்படும்
நேராயுதமெனவே கருதுவேன்

உங்களுக்கு ஒருபோதும் பிடிக்காத
என்னை வெட்டுங்கள்
துளிர் தளிர் விட்டு வளர்வேன்
வேரோடு பிடுங்குங்கள்
அப்போதும்
என் கிளைகளின் கனிகளிலிருந்து
விதைகளைத் தூவுவேன்.

✍